ಸ್ವಯಂಪ್ರಭಾ ಮಹೇಶ್

ಹುಟ್ಟಿದ್ದು ಶಿರಸಿಯಲ್ಲಿ, ಬೆಳೆದಿದ್ದೆಲ್ಲ ಶಿವಮೊಗ್ಗದ ಭದ್ರಾ ನದಿ ತಟದ ಕುವೆಂಪು ವಿಶ್ವವಿದ್ಯಾಲಯದ ಆವರಣದಲ್ಲಿ. ಓದಿದ್ದು ಕಂಪ್ಯೂಟರ್ ಸೈನ್ಸ್ ಮತ್ತು ಅನಿಮೇಷನ್. ಸಾಹಿತ್ಯ, ಅನುವಾದ, ಸಂಗೀತ, ಚಿತ್ರಕಲೆಯಲ್ಲಿ ಆಸಕ್ತಿ.

ಮೊದಲ ಸಂಕಲನ 'ಕನ್ನಡಿಯೊಳಗಿನ ಹುಡುಗಿಗೆ' (ಆನಂದಕಂದ ಗ್ರಂಥಮಾಲೆ ಪ್ರಕಾಶನ, ಮಲ್ಲಾಡಿಹಳ್ಳಿ) 2007ರಲ್ಲಿ ಪ್ರಕಟಣೆ. 2007ರಲ್ಲಿ ಅದಕ್ಕೆ ಶಿವಮೊಗ್ಗ ಕರ್ನಾಟಕ ಸಂಘದ 'ಜಿ.ಎಸ್. ಶಿವರುದ್ರಪ್ಪ' ಪ್ರಶಸ್ತಿಯ ಗರಿ. ಪ್ರಜಾವಾಣಿ, ಮಯೂರ, ಹೊಸದಿಗಂತ ಇವುಗಳಲ್ಲಿ ಲೇಖನಗಳು, ಕವಿತೆಗಳು ಪ್ರಕಟಣೆಗೊಂಡಿವೆ.

ಹರಿವ ಕನ್ನಡಿ

ಸ್ವಯಂಪ್ರಭಾ ಮಹೇಶ್

ವೀರಲೋಕ

ವೀರಲೋಕ ಬುಕ್ಸ್ ಪ್ರೈ.ಲಿ.
207, 2ನೇ ಮಹಡಿ, 3ನೇ ಮೇನ್, ಚಾಮರಾಜಪೇಟೆ
ಬೆಂಗಳೂರು–560018. ಮೊಬೈಲ್: 70221 22121
ಇಮೇಲ್: veeralokabooks@gmail.com
ವೆಬ್‌ಸೈಟ್: www.veeralokabooks.com

HARIVA KANNADI
A collection of poems
written by **Swayamprabha Mahesh**

Published by:
VEERALOKA BOOKS PVT. LTD.
207, 2nd Floor, 3rd Main
Chamarajpet, Bengaluru-560018

Mobile: +91 7022122121
E-mail: veeralokabooks@gmail.com
Website: www.veeralokabooks.com

Price: Rs. 120/-
Pages: 104
First Impression: 2023

Paper used: 70 GSM NS Maplitho
Book size: 1/8th Demy

ISBN: 978-93-94942-91-2

Cover page illustration by:
Praveen Banagi

Inner pages design by:
Vijaya Vikram

Anand Rach
Anantha Kunigal
RajVishnu
Govind Vishnu
Vishwajith
Mamatha
Parvathi
Sai Raghav

ಅರ್ಪಣೆ

ಗುರುತಿಸಿ, ಬೆಳೆಸಿ, ಹರಸಿದ

ಡಿ.ಎಸ್. ನಾಗಭೂಷಣ ಮತ್ತು **ಸವಿತಾ ನಾಗಭೂಷಣ**

ಅವರಿಗೆ

ಹರಿವ ಕನ್ನಡಿ

ಕಳೆದ ಹತ್ತು ವರ್ಷಗಳಲ್ಲಿ ತಾನು ಬರೆದು ಬರೆದು ಇಟ್ಟುಕೊಂಡ, ಎಲ್ಲೂ ಪ್ರಕಟಿಸದ ಕವಿತೆಗಳನ್ನು ಸ್ವಯಂಪ್ರಭಾ, ಈಗ ಇಲ್ಲಿ ಕಲೆ ಹಾಕಿದ್ದಾಳೆ. ಈ ಕವಿತೆಗಳ ಪಾರದರ್ಶಕತೆ ನನಗೆ ಹಿಡಿಸುತ್ತಿದೆ. ಬಿಡಿಯಾಗಿ ಸ್ವಯಂಪೂರ್ಣವಾಗಿದ್ದೂ ಇಡಿಯೆಡೆಗೆ ಮುಖ ಮಾಡಿರುವ ಅನೇಕ ಸಂಗತಿಗಳು ಇಲ್ಲಿವೆ. ಫ್ರೇಮು ಹಾಕಿದ ಚಿತ್ರಗಳಂತೆ 'ದೂರ ನಿಂತೇ ಆಸ್ವಾದಿಸು' ಎನ್ನದೆ, ಇವು ನಮ್ಮನ್ನು ಸಂಯುಕ್ತವಾಗಿ ಒಳಗೊಳ್ಳುವ ರೀತಿಯಲ್ಲೇ ಒಂದು ಅನೌಪಚಾರಿಕತೆ ಇದೆ.

ಚುರುಕು ಸೂರ್ಯನ ಮುಡಿದ
ಮುರುಕು ಗಾಜಿನ ಕಾರುಗನ್ನಡಿಯೊಳಗಿಂದ
'ಹೋಗಿ ಬಾ'
ಎನ್ನುವ ಬೆಟ್ಟಸಾಲುಗಳು...

ಈ ಸರಳ ಪಂಕ್ತಿಯನ್ನೇ ನೋಡಿ, ಎಷ್ಟೊಂದು 'ಅಗೋಚರ'ವನ್ನು ಅದು ತೋರಿಸುತ್ತಿದೆ. ಮನದಲ್ಲಿ ಮಿಂಚಿದ ಒಂದು ಚಲನಶೀಲ ಸ್ಥಿರ ಕ್ಷಣ ಇದು. ಯಾನ ಊರು ಬಿಟ್ಟು ನಗರದ ಕಡೆ ಇದ್ದೀತು, ಅಥವಾ ಊರ ಕಡೆಗೆ, ಅಥವಾ ಎಲ್ಲಿಂದ ಎಲ್ಲಿಗೂ. 'ಕಾರುಗನ್ನಡಿ'ಯ ಧ್ವನಿ ರಾಹುಗನ್ನಡಿಯಂತಿದೆ. ಇಲ್ಲಿನ ಪುಟದಲ್ಲಿ 'ನೀರಿನ ಲೋಟದೊಳಗೆ, ಎದ್ದು ಬಿದ್ದು ಈಸುತ್ತಿರುವ ನೊಣ', ಕೆರೆಯಲ್ಲಿ ಕರಗದೇ ಉಳಿದ ಕಲ್ಲು'ಸ್ತಬ್ಧವಾಗಿ ನಿಂತುಬಿಟ್ಟಿರುವ 'ಕಟ್ಟಿರುವೆ', 'ಹರಿವ ಕನ್ನಡಿ'ಯಂಥ ಹೊಳೆ', 'ಪೆನ್ನಿನ ಪುಟ್ಟ ಟಾಪು', 'ಬೆಳಕ ನೇಯುತ್ತಾ ನಿಂತ, ತಂತಿ ಕಂಬಗಳು'–ಇವೆಲ್ಲವುಗಳ ಸಂತಿಗೆ ನಿರಪೇಕ್ಷವಾದ, ಬೇಶರತ್ ಮಾತುಕತೆ–ಜಾರಿಯಲ್ಲಿದೆ.

ಮುಡಿಯ ಹಂಗಿಲ್ಲದೆ
ಗುಡಿಯ ಹಂಗಿಲ್ಲದೆ
ಇಡಿಯ ಕಾಡಿಗೆ ಕಾಡೇ
ಮುಗುಳ್ನಗುತ್ತಿದೆ

ಇಲ್ಲಿ ಬರುವ ಕಾಡು, ಹೊಳೆ, ಬೆಟ್ಟಗಳ 'ಸ್ವಚ್ಛಂದ ಅಂದ'ವು ವೀಕೆಂಡ್ ಪಿಕ್ನಿಕ್ ಹೋಂ ಸ್ಟೇಗಳ ಹಂಗಾಮೀ ರಮ್ಯ ನೋಟ ಬಿಲ್ಕುಲ್ ಅಲ್ಲ. ಕಣ್ತೆರೆದಾಗಿಂದ ಸಲಹುತ್ತಲೇ ಬಂದಿರುವ ಸ್ತಬ್ಧ ಸಂಗಾತಿಗಳ ಜೊತೆಗಿನ ಅಸ್ಮಿತೆಯ ಹುಡುಕಾಟವೇ ಅದರ ಜೀವಾಳ. ಅಸ್ಮಿತೆ ಎನ್ನುವುದು ಕೇವಲ ಸ್ವಂತಕ್ಕೆ ಗಂಟು ಬೀಳುವಂಥದಲ್ಲ, ಬದಲಿಗೆ ಅದೊಂದು ವಿಶಾಲದೊಂದಿಗಿನ ನಂಟು ಎನ್ನುವ ನಂಬಿಕೆಯಲ್ಲೇ ನಡೆಯುವ ಜಿಜ್ಞಾಸೆ ಇದು. ಹೀಗಾಗಿ ಇಲ್ಲಿ ವಿವರಗಳೆಲ್ಲವೂ ಅಸ್ಮಿತೆಯ ವಿಸ್ತರಣೆಯ ವಿನ್ಯಾಸವಾಗಿಯೇ ಉಸಿರು ಪಡೆಯುತ್ತವೆ.

ಕೆಸರಿನಲ್ಲಿಯೂ ಅರಳುವ ಹೃದಯ ಕಮಲ...

ಮರಳ ತುಂಬೆಲ್ಲ ಮುದ್ರಿತ ಹೆಜ್ಜೆ
ಮಗನದ್ದು ಹಗುರ, ನನ್ನದು ಒಜ್ಜೆ...

ಯಾರ ನೋವೂ ಯಾರಿಗೂ ಎಂದೂ
ಬಗೆದಿಲ್ಲ ಕೇಡು...

ನಿನ್ನ ಪ್ರತಿಯೊಂದು ನಿರೀಕ್ಷೆಯನ್ನೂ
ಮಾತ್ರೆಯಂತೆ ನುಂಗುತ್ತಿರುವೆ ನೋಡು...

ಇಂಥ ಅಸ್ಮಿತೆಯ ಕುರಿತ ಚಡಪಡಿಕೆ ಕೊನೆಗೂ ನಿರಾಕಾರದ ಕಡೆಗೇ ಇದೆ. ಜೋರಾಗಿ ಹೇಳಿದರೆ ಅಪಸ್ವರವಾಗಬಹುದಾದ, ಹಾಗಂತ ಸುಮ್ಮನಿದ್ದರೆ ಅಸ್ವಸ್ಥ, ಅಸ್ಪಷ್ಟ ಗೊಣಗಾಟವಾಗಬಹುದಾದ–ಸಾಧ್ಯತೆಗಳ ಎಚ್ಚರದಲ್ಲೇ ಇಲ್ಲಿಯ ಧ್ವನಿಯಿದೆ. 'ಅರಿಷಿಣ ಕುಂಕುಮ ಮೆತ್ತಿದ ಫೋಟೋ', 'ತಾರಸಿಗೆ ಕಟ್ಟಿದ ತುಕ್ಕು ಹಿಡಿದ ತಂತಿಗೆ ಸಿಕ್ಕು ಬಿದ್ದ ಹಳೆಯ ಒಂಟಿ ಬಟ್ಟೆ', 'ಹೆದರಿಕೆ, ಅವಮಾನ, ಸಂಕೋಚಗಳ–ಮೂರು ಚೂಡಿದಾರ'–ಗಳ ಆವರಣದಲ್ಲೇ 'ನನ್ನಮ್ಮ, ಎಲ್ಲಮ್ಮ, ಎಲ್ಲರಮ್ಮ–ಆಗುತ್ತಾಳೆ. 'ಭರವಸೆಯ ಗರಗಸ ಚಲಿಸುತ್ತಲೇ ಇದೆ. ವಾಹ್! 'ಭರವಸೆಯ ಗರಗಸ' ಎಷ್ಟು ಧ್ವನಿಪೂರ್ಣ! ತನ್ನ ಸದ್ದಿಗೆ ತಾನೇ ಮಾರು ಹೋಗುವ ಕ್ಷಣ ಇನ್ನೇನು ಸಮೀಪ ಬಂತು ಎನ್ನುವಾಗ

ಥಟ್ಟನೆ ಎಚ್ಚೆತ್ತುಕೊಂಡು ಇನ್ನೆಲ್ಲೋ ನೋಡುವ ಗುಣ, ಇಲ್ಲಿನ ಹೆಚ್ಚಿನ ಕವಿತೆಗಳ ಒಳ್ಳೆಯ ಲಕ್ಷಣವಾಗಿದೆ. ಸ್ವಯಂಪ್ರಭಾಳ ಈ ನಿರಂತರ ಹುಡುಕಾಟ ಹೆದ್ದಾರಿಗಳ ಹಂಗಿಲ್ಲದೇ ಚಾಲೂ ಇರಲಿ...

ಇದೆಂಥ ಪಯಣ
ಇದಾರ ಕನಸು...

ಈ ನೀನು
ಈ ನಾನು
ಯಾರ ಅಪೂರ್ಣ ಕವನಗಳು...

ಬೆಂಗಳೂರು **–ಜಯಂತ ಕಾಯ್ಕಿಣಿ**
ದೀಪಾವಳಿ, 2023

ಅರಿಕೆ

ಕಳೆದ ಹಲವು ವರ್ಷಗಳಿಂದ ಉಮೇದಿ ಬಂದಾಗೆಲ್ಲ ಬರೆದಿಟ್ಟುಕೊಂಡ ಕವಿತೆಗಳಿಗೆ ಈಗ ಪ್ರಕಟಣೆಯ ಭಡ್ತಿ. ಎಷ್ಟೆಂದರೆ ಅಷ್ಟು ಹೊತ್ತಿಗೆ, ಎಲ್ಲೆಂದರಲ್ಲಿ ಸಟಕ್ಕನೆ ಬಂದಿಳಿದು 'ಬರೆಸಿಕೋ ನನ್ನ' ಎಂದು ಬರೆಸಿಕೊಂಡವು ಈ ಕವಿತೆಗಳು. ಕೆಲವು ಹಗುರವಾಗಿಸಿದವು, ಕೆಲವು ಆಳಕ್ಕಿಳಿದವು, ಇನ್ನು ಕೆಲವು ಯಾವುದೊ ದುರ್ಭರ ಘಳಿಗೆಯಲ್ಲಿ ಹುಟ್ಟಿ ಕೊಂಚ ದೂರ ಕೈ ಹಿಡಿದು ನಡೆಸಿಕೊಂಡು ಹೋದವು. ಮತ್ತು ಕೆಲವೊಂದಿಷ್ಟು ದಿನ ಎಷ್ಟು ಕಾದರೂ ಒಂದೂ ಬರದೇ, ನನ್ನ ಮಾತಾಡಿಸದೆ ಕಂಗಾಲು ಮಾಡಿಹಾಕಿದವು ಇವೇ ಕವಿತೆಗಳೇ. ಹಾಗಾಗಿ ಒಳಗಿಳಿದು ಬೆಳಕಾಗಿ ಪದಗಳಾಗಿ ಮೂಡಲು ನನ್ನನ್ನೇ ಆರಿಸಿಕೊಂಡಿದ್ದಕ್ಕೆ ಮೊಟ್ಟಮೊದಲು ಸ್ವತಃ ಕವಿತೆಗಳಿಗೇ ನಾನು ಆಭಾರಿ.

ಸ್ವಲ್ಪ ಹಿಂಜರಿಕೆಯಲ್ಲೇ ಕಳಿಸಿದ ಕವನಗಳನ್ನು ಸಮಯ ಮಾಡಿಕೊಂಡು ಓದಿ, ತಿದ್ದಿ, ಬೆಟ್ಟದಷ್ಟು ಪ್ರೀತಿ ತೋರಿ ಚಂದದ ಮುನ್ನುಡಿ ಬರೆದುಕೊಟ್ಟ ಜಯಂತ ಕಾಯ್ಕಿಣಿ ಅವರಿಗೆ ನನ್ನ ಅಭಿಮಾನ, ಕೃತಜ್ಞತೆ.

ಮೊಟ್ಟಮೊದಲು ಕವಿತೆಯಂಥದ್ದೇನೋ ಬರೆಯಲು ಶುರುಮಾಡಿದಾಗ ಧೈರ್ಯ ತುಂಬಿ, ತಿದ್ದಿ ಬೆಳೆಸಿ, ಸಣ್ಣ ಮುಗುಳ್ನಗೆಯಡಿಯಲ್ಲಿ ಅಪಾರ ಪ್ರೀತಿ ತೋರುತ್ತಿದ್ದ ಡಿ.ಎಸ್. ನಾಗಭೂಷಣ ಅವರ ನೆನಪು ಸದಾ ಹಸಿರು, ತಂಪು. ಮೃದು ಮಾತಿನ, ಖಚಿತ ನಿಲುವಿನ ಸವಿತಾ ನಾಗಭೂಷಣ ಅವರು ಬೆನ್ನುತಟ್ಟಿ, ತೋರಿದ ದಾರಿಯಲ್ಲಿಯೇ ನಡೆಯುತ್ತಿದ್ದೇನೆಂಬ ವಿಶ್ವಾಸ ನನ್ನದು. ಈ ಇಬ್ಬರಿಗೂ ನನ್ನ ಅನಂತ ಕೃತಜ್ಞತೆ.

ದೂರದಲ್ಲೇ ನಿಂತು ಹೆಮ್ಮೆಯಿಂದ ನೋಡುತ್ತಾ, ನನ್ನ ಪ್ರತಿಯೊಂದು ಹೆಜ್ಜೆಯನ್ನೂ ಸಂಭ್ರಮಿಸುವ, ಪ್ರೀತಿ ಕಾಳಜಿ ತೋರುವ ಅಪ್ಪ ಅಮ್ಮನಿಗೆ, 'ಅತ್ತೆ–ಸೊಸೆ'ಯ ಚೌಕಟ್ಟು ಬದಿಗಿಟ್ಟು ಸ್ವಂತ ಮಗಳೇ ಎಂಬಂತೆ ಮುಗ್ಧ ಪ್ರೀತಿ ತೋರುವ 'ಆಯಿ'ಗೆ ಕೇವಲ ಪದಗಳಲ್ಲಿ ಕೃತಜ್ಞತೆ ಹೇಳುವುದು ಕಷ್ಟ.

ಜೊತೆಗೆ ಕಳೆದ ಪ್ರತಿ ಕ್ಷಣವನ್ನೂ ಏನೋ ಒಂದು ವಿಸ್ಮಯ, ಅಚ್ಚರಿ, ತಮಾಷೆಗಳಿಂದ ಬೆಳಗಿಸುವ, ತಮ್ಮ ಕಥೆ–ಕವನಗಳಿಂದ ಹೊಸ ಒಳನೋಟಗಳನ್ನು ಸದಾ ಒದಗಿಸುವ, ಉಜ್ವಲ ಉಮೇದಿಯ ಪತಿ ಮಹೇಶ್ ಕಲ್ಲರೆಗೆ, ಬೇಷರತ್ತಾದ ಮುಕ್ತ–ಸ್ವಚ್ಛಂದ ಪ್ರೀತಿಯ ಹಕ್ಕುದಾರಳನ್ನಾಗಿ ಮಾಡಿದ ಪುಟ್ಟ ವಿವಸ್ವಂತನಿಗೆ ಅಪಾರ ಪ್ರೀತಿ, ಒಲುಮೆ.

ಈ ಕವಿತೆಗಳ ಬಗ್ಗೆ ಬಹಳ ಆಸ್ಥೆ ತೋರಿಸಿ, ಆಗಾಗ ನೆನಪಿಸುತ್ತಾ ಹುರಿದುಂಬಿಸಿದ ಅಪಗಾಲ್ ನಾಗರಾಜ ಅವರಿಗೆ ಹೃತ್ಪೂರ್ವಕ ಕೃತಜ್ಞತೆ.

ಮುಖಪುಟವನ್ನು ಆಕರ್ಷಕವಾಗಿ ವಿನ್ಯಾಸಮಾಡಿಕೊಟ್ಟ ಗೆಳೆಯ ಪ್ರವೀಣ್ ಬಣಗಿಗೆ, ಈ ಸಂಕಲನದ ಪ್ರಕಟಣೆಯನ್ನು ಇಷ್ಟು ಶಿಸ್ತಾಗಿ, ಕ್ಷಿಪ್ರವಾಗಿ, ಅಪ್ಪಟ ವೃತ್ತಿಪರತೆಯಿಂದ ನಿಭಾಯಿಸಿದ 'ವೀರಲೋಕ' ಪ್ರಕಾಶನದ ವೀರಕಪುತ್ರ ಶ್ರೀನಿವಾಸ ಅವರಿಗೆ, ಎಲ್ಲವನ್ನೂ ಸುಗಮಗೊಳಿಸಿದ ಅನಂತ ಅವರಿಗೆ, ಒಳಪುಟಗಳನ್ನು ಅಚ್ಚುಕಟ್ಟಾಗಿ ವಿನ್ಯಾಸಗೊಳಿಸಿದ ವಿಜಯ ವಿಕ್ರಮ್ ಅಡಿಗ ಅವರಿಗೆ ಮನಃಪೂರ್ವಕ ಕೃತಜ್ಞತೆ.

–ಸ್ವಯಂಪ್ರಭಾ ಮಹೇಶ್

ಪ್ರಕಾಶಕರ ನುಡಿ

ವೀರಲೋಕಕ್ಕೀಗ ಭರ್ತಿ ಒಂದೂವರೆ ವರ್ಷ. ಈ ಅವಧಿಯಲ್ಲಿ ಅದರ ಹತ್ತು ಹಲವು ಹೊಸತನಗಳನ್ನು ಕನ್ನಡಿಗರು ಮೆಚ್ಚಿ ಹರಸಿದ್ದಾರೆ. ನವೆಂಬರ್ ತಿಂಗಳೊಂದರಲ್ಲೇ ದಾಖಲೆಯ ಪುಸ್ತಕ ಮಾರಾಟ ಮಾಡಿದ್ದೇವೆ. ಆ ಮೂಲಕ ಕನ್ನಡ ಪುಸ್ತಕ ಲೋಕದಲ್ಲಿ ಉದ್ಯಮವಿದೆ ಎಂಬುದನ್ನು ಜಗಜ್ಜಾಹೀರುಗೊಳಿಸಿದ್ದೇವೆ. ಸಾಂಪ್ರದಾಯಿಕ ಶೈಲಿಯ ಪುಸ್ತಕ ಲೋಕವನ್ನು ಶತಮಾನಗಳಿಂದ ನಾವು ಕಾಣುತ್ತಲೇ ಬರುತ್ತಿದ್ದೇವೆ. ಕಲೆ, ಸಾಹಿತ್ಯವು ಪೋಷಕರ ಮರ್ಜಿಯಲ್ಲೇ ಇನ್ನೆಷ್ಟು ದಿನ ಉಳಿಯಬೇಕು? ಅದು ಉದ್ಯಮದ ರೂಪ ಪಡೆದು ತನ್ನ ಕಾಲ ಮೇಲೆ ತಾನು ನಿಲ್ಲಲೇಬೇಕು. ಗ್ರಂಥಾಲಯ ಖರೀದಿ, ಸರ್ಕಾರದ ಅನುದಾನ, ಪ್ರಕಾಶಕನ ಮುಲಾಜುಗಳಿಲ್ಲದೆ ಲೇಖಕ ಉಳಿಯುವಂತಾಗಬೇಕು. ಪುಸ್ತಕಲೋಕವು ಪುಸ್ತಕೋದ್ಯಮವಾಗಬೇಕಾದ ಅನಿವಾರ್ಯತೆ ಈಗ ಎಂದಿಗಿಂತಲೂ ಹೆಚ್ಚಿದೆ. ಹಾಗಾದಾಗ ಮಾತ್ರ ಹೊಸತನ ಇಲ್ಲಿ ತರಲು ಸಾಧ್ಯ. ಹೊಸತನವಿದ್ದಾಗ ಕಟ್ಟಕಡೆಯ ಓದುಗನನ್ನೂ ತಲುಪಬಹುದು, ಹೊಸ ಓದುಗರ ಸೃಷ್ಟಿಗೆ ಕಾರಣವಾಗಬಹುದು. ಅದೇ ನಾವೂ ನೀವು ಮಾಡಬಹುದಾದ ನೈಜ ಕನ್ನಡ ಸಾಹಿತ್ಯದ ಕೆಲಸ. ಈ ಕಾರಣದಿಂದಲೇ ನಾವೀಗ ರಾಜ್ಯದ ಮೂವತ್ತೂ ಜಿಲ್ಲೆಗಳಲ್ಲಿ ಪುಸ್ತಕದ ಅಂಗಡಿ ತೆರೆಯುವ ಯೋಚನೆ ಹೊಂದಿದ್ದೇವೆ. ಶಾಲೆ, ಕಾಲೇಜುಗಳಲ್ಲಿ ಪುಸ್ತಕ ಬಿಡುಗಡೆ ಸಮಾರಂಭಗಳನ್ನು, ಪ್ರತಿ ಜಿಲ್ಲೆಯಲ್ಲೂ ಪುಸ್ತಕ ಮೇಳಗಳನ್ನು ಆಯೋಜಿಸಲು ಸಂಕಲ್ಪಿಸುತ್ತಿದ್ದೇವೆ.

2023ರ ಕೊನೆಗೆ ವೀರಲೋಕದಿಂದ ಪ್ರಕಟವಾಗುತ್ತಿರುವ ಕೃತಿಗಳಲ್ಲಿ ಸ್ವಯಂಪ್ರಭಾ ಅವರ "ಹರಿವ ಕನ್ನಡಿ" ಸಂಕಲನವೂ ಒಂದು. ಖ್ಯಾತ ಕವಿಗಳಾದ ಜಯಂತ ಕಾಯ್ಕಿಣಿಯವರೇ ಇಲ್ಲಿನ ಕವಿತೆಗಳನ್ನು ಮೆಚ್ಚಿಕೊಂಡು ನಾಲ್ಕು ಸಾಲ ಬರೆದಿದ್ದರೆ. ನಾನು ಇಷ್ಟ ಪಟ್ಟು ಓದುವ ಕವಿ ಅವರು. ಅವರು ಹೇಳಿರುವಂತೆಯೇ ಬಿಟ್ಟುಬಿಡದಂತೆ ಓದಿಸಿಕೊಳ್ಳುವ, ಕಾಡುವ ಗುಣ ಇಲ್ಲಿನ

ಕವಿತೆಗಳಿಗಿದೆ. ಈ ಗುಚ್ಛದಲ್ಲಿನ ಬಹುತೇಕ ಕವಿತೆಗಳಲ್ಲಿ ಕಂಡುಬರುವ ಪಕೃತಿಯ ಸೊಬಗಿನ ವರ್ಣನೆ ಹೆಚ್ಚು ಆಪ್ತವೆನಿಸುತ್ತದೆ. ಚುಟುಕು ಚುಟುಕಾಗಿ ಕಾಣಿಸಿಕೊಳ್ಳುವ ಕೆಲವು ಕವಿತೆಗಳಿಗೆ ಓದುಗನನ್ನು ಕಾವ್ಯದ ಧ್ಯಾನಸ್ಥ ಸ್ಥಿತಿಗೆ ಕರೆದುಕೊಂಡುಹೋಗುವ ಶಕ್ತಿ ಇದೆ. ಹೀಗೆ ಕಾಡುವ ಇನ್ನಷ್ಟು ಕವಿತೆಗಳನ್ನು ಸ್ವಯಂಪ್ರಭಾ ಅವರು ಬರೆಯಲಿ.

ಈ ಕೃತಿಯನ್ನು ಕೈಗೆತ್ತಿಕೊಂಡಿರುವ ನಿಮ್ಮ ಓದಿನ ಪ್ರೀತಿಗೆ ಶರಣು. ಹೊಸ ವರ್ಷದ ಹರುಷದ ಜೊತೆಗೆ ಈ ಕೃತಿಯ ಓದಿನ ನಶೆಯೂ ನಿಮ್ಮದಾಗಲಿ..

ಈ ಕೃತಿಯನ್ನು ಓದುವ ಸುಖ ನಿಮ್ಮದಾಗಲಿ.

ಪ್ರೀತಿಯಿಂದ,

ವೀರಕಪುತ್ರ ಶ್ರೀನಿವಾಸ

ಪ್ರಕಾಶಕ, ವೀರಲೋಕ ಬುಕ್ಸ್

ಅನುಕ್ರಮಣಿಕೆ

ಕಾಡು ಹೊಳೆ

ಹರಿಯುವೆ ನೀ ಕಾಡು ಹೊಳೆಯಾಗಿ
ಮರುಕ್ಷಣ ಮರೆತು, ಅರೆಕ್ಷಣ ಅರಿತು.

ಸೊಕ್ಕಿನಿಂದ ಎದೆ ಉಬ್ಬಿ ನಿಂತ
ಒಂದು ಕಲ್ಲಿಗೂ ಹಿಡಿಯಲಾಗಿಲ್ಲ ನಿನ್ನ

ಮೋಡಗಳ ಜಡೆ ಎಳೆದು ಮಳೆ ಹಿಂಡುವ
ಒಂದು ಬೆಟ್ಟಕ್ಕೂ ಮುಡಿಯಲಾಗಿಲ್ಲ ನಿನ್ನ

ಈ ಸ್ವಚ್ಛಂದ ಅಂದದ ಗುಟ್ಟೇನು

ನಿನ್ನ ಮೂಲ ಕೇಳಿಲ್ಲ
ನಿನ್ನ ಗಮ್ಯ ಬೇಕಿಲ್ಲ
ಇಲ್ಲಿ ನೀರ್ಗುಳ್ಳೆಯಂತೆ ಪುಟಿದೊಡೆವ
ಕ್ಷಣಗರ್ಭಗಳೊಳಗೆ ನಿನ್ನ ನಿಜವಾದ ರೂಹೇನು

ನಿರ್ಭೀತ ಹೆಣ್ಣೊಂದು ಅಲೆಮಾರಿ ಅಲೆದಂತೆ
ನನ್ನ ಹಿಡಿವ ಕನಸೂ ಕಾಣದಿರು ಎಂದಂತೆ
ಕಡಲುದ್ದ ಭೋರ್ಗರೆವ ಮಳೆಗಾಲದಲೆ ಮೇಲೆ
ಮಿಂಚಂತೆ, ಅರೆಘಳಿಗೆ ಎಲ್ಲವೂ ಕಂಡಂತೆ

ಅದರಂತೆ, ಇದರಂತೆ
ಇಲ್ಲದೇ ಹೋದಂತೆ

ನನ್ನೊಳು ನಿನಗೆ ಕೆಲಸವೇನು

ಅರಿಕೆ

ಸಾಲುಸಾಲಾಗಿ ನಿಂತ ಗಿರಿಶಿಖರಗಳೇ
ನೀಲಿನೀಲಿಯಾಗಿ ಹಬ್ಬಿದ ಅನಂತತೆಗೆ
ನನ್ನೂ ಎತ್ತಿಕೊಳ್ಳೆಂದು ದುಂಬಾಲು ಬಿದ್ದ
ಬೃಹದಾಕಾರದ ಮರಗಳೇ
ಗಾಳಿಯೊಡನೆ ಓಡಿದ ಮೋಡಗಳೇ
ಉರಿವ ರವಿಯೇ
ಸುರಿವ ಮಳೆಯೇ
ಹರಿವ ನೀರೇ
ಬಿರಿವ ಮಣ್ಣೇ
ಕಾಯಲು ಮರೆಯದಿರಿ ನನ್ನನ್ನು

ಹೊಟ್ಟೆಪಾಡಿಗೆ ಹುಟ್ಟಿದ ಹಾಡಿದು
ಅಷ್ಟು ಸುಲಭಕ್ಕೆ ಬಿಟ್ಟೂ ಹೋಗದು
ಕಡೆಯ ಸೊಲ್ಲಿಗೆ ಮುಗಿದೊಡನೆ ಹಾಡು
ಕವಿದ ನಿಶ್ಶಬ್ದದೊಳು ಮೆತ್ತಗೆ
ಸೇರಿಕೊಳ್ಳುವೆ ನಿಮ್ಮನ್ನು
ಕರೆದೊಯ್ಯಲು ಮರೆಯದಿರಿ ನನ್ನನ್ನು

ಸಿಕ್ಕರೆ ಸಿಗಲೆನಗೆ

ನೋಯುವುದೂ
ಒಂದು ರೀತಿ ಪ್ರೀತಿಸಿದಂತೇ
ತನ್ನ ಪರಿವೆಯನ್ನೇ ಮರೆತು
ಮತ್ತೊಂದರೆಡೆಗೆ ಮಿಡಿದಂತೇ

ಸಿಕ್ಕರೆ ಸಿಗಲೆನಗೆ
ಖಾಲಿ ಬಯಲಿಗೆ ನೀಲಿ ಬಾನು
ತೋರುವಂಥ ಪ್ರೀತಿ

ಸಿಕ್ಕರೆ ಸಿಗಲೆನಗೆ
ತುಕ್ಕು ಹಿಡಿದ ಒಳರಚನೆಗಳು
ಒಮ್ಮೆಗೇ ಸಿಡಿವಂಥ ನೋವು

ಸಿಕ್ಕ ಮೇಲೆಲ್ಲ ಚೊಕ್ಕವಾಗಿಬಿಡುವಂತೆ
ಚಿಕ್ಕ ಚೂರೂ ಕಡೆಗೆ ಮಿಕ್ಕದಂತೆ

ಪುಟ್ಟ ಇರುವೆಗೆ

ಪುಟ್ಟ ಕರಿ ಕಟ್ಟಿರುವೆಯೇ
ದಿಟ್ಟಿಸುತ್ತಲಿರುವೆ ಏನನ್ನು?
ಇಷ್ಟು ಸುಲಭಕ್ಕೆ ಬಿಟ್ಟುಬಿಟ್ಟರೆ ಹೇಗೆ
ಪುಟ್ಟ ಜೀವದಾಸೆಯನ್ನು?

ದಿಟ್ಟತನದಲ್ಲಿ ಮುನ್ನಡೆ
ನಿನ್ನೊಳಗೆ ಭಯವನ್ನಿಟ್ಟವನೇ
ನನ್ನೊಳಗೆ ಕರುಣೆಯನ್ನೂ ಇಟ್ಟಿಹನು

ತಿಳಿಯದೇನು

ಜೋಡಿ

ಅಲೆಅಲೆಯಾಗಿ ನಿರಂತರ
ಹರಡಿಕೊಳ್ಳುತ್ತಿರುವ ತೀರದ ಸಾಗರದ
ತೀರದ ಮರಳಲ್ಲಿ
ನಾನು, ನನ್ನ ಮಗ.

ಮರಳ ತುಂಬೆಲ್ಲ ಮುದ್ರಿತ ಹೆಜ್ಜೆ
ಮಗನದ್ದು ಹಗುರ, ನನ್ನದು ತುಸು ಒಜ್ಜೆ

ಇದ್ದ ಚೂರುಪಾರು ಅಸ್ತಿತ್ವವನ್ನೂ
ಹೊಸಕಿಹಾಕುವಂತೆ ಎದುರಿಗೆ ಭೋರ್ಗರೆವ
ಅಗಾಧ ಜಲರಾಶಿಯ ಮಹಾಘನತೆಗೆ
ಒಳಗಿದ್ದ ಅಲೆಗಳೆಲ್ಲ ನಿಂತು ಮೂಡಿದ
ನಿರ್ವಾತದ ಕಿಂಡಿಯೊಳಗೆ ತೂರಿ
ಕಳೆದೇ ಹೋಗುವ ಹಂಬಲ

ನಿಂತಲ್ಲೇ
ಮರಳಗೂಡಲ್ಲಿ ನನ್ನ ಕಾಲು ಕಟ್ಟಿ
ಇಲ್ಲಿ ಈ ಕ್ಷಣಕ್ಕೆ ನನ್ನ ಎಳೆದು ಬಿಟ್ಟು
ತುಂಟ ನಗೆ ಬೀರುತ್ತ
ಅಲ್ಲಿ ಮುಳುಗಿದ ಸೂರ್ಯನ
ತನ್ನ ಕಣ್ಣಲ್ಲೇ ಕಿತ್ತು ತಿಂದುಬಿಡುವಂತೆ
ನಿಂತ ಮಗ

ಸಾವಿರಾರು ವರ್ಷಗಳವರೆಗೆ

ಕರಿಯ ಕಲ್ಲೊಂದನ್ನು ಕೊರೆಯಹೊರಟಂತಿದೆ
ಝರಿಯೊಂದು ಸಾವಿರಾರು ವರ್ಷಗಳವರೆಗೆ

ಕಲ್ಲೂ ಎದೆಯೊಡ್ಡಿದೆ ಪ್ರೇಮಾಘಾತವನ್ನು
ಸಹಿಸಲು ಸಾವಿರಾರು ವರ್ಷಗಳವರೆಗೆ

ಎಳೆಯ ಗಿಡವೊಂದು ಬೇರೂರುತ್ತಿದೆ
ಆ ಕಲ್ಲಿನ ಎದೆಯೊಳಗೆ
ಬೆಳಕಿನ ಬಿಸಿ ಗಾಯದ ಉಸಿರು
ತಾಕಿದಂತೆ ಕಲ್ಲೊಳಗಿನ ಕಡುಗತ್ತಲೆಗೆ

ಸುತ್ತಲೂ ದೊಡ್ಡ ಪರ್ವತಗಳು
ಹೆಡೆಯೆತ್ತಿ ನಿಂತಿರಲು
ಹೊಸೆಯುತ್ತ ಕಾಲಡಿಗೆ
ಕಾಲನ ತಲೆಯ

ಯಾವ ಸದ್ದುಗದ್ದಲವೂ ಇಲ್ಲದೆ
ಮುದ್ದಾಗಿ ಅರಳುತ್ತಿದೆ ಈ ಕಲ್ಲಿಗೆ ಹೃದಯ

ಬಿರುಸಿಲ್ಲ ಪೆಡಸಿಲ್ಲ ಏನೀ ಪರಿ ಒಲವು?
ಒನಪಿಲ್ಲ ಹೊಳಪಿಲ್ಲ ಏನೀ ಥರ ಚೆಲುವು!

ಕ್ಷಣಕ್ಷಣವೂ ಕಣಕಣವೂ ಮಿಡಿಯುವ ಈ ಅಚ್ಚರಿಗೆ
ಕಲ್ಲಾಗಿಯಾದರೂ ಕಾದೇನು ಯುಗಯುಗಾಂತರಗಳವರೆಗೆ

ಮತ್ತು ಕೆಲವೊಮ್ಮೆ

ಯಾವ ಬಿರುಕಿನಲ್ಲಿಯೂ
ಬೇರಿಳಿಸಲಾಗದ ಗಿಡ
ನೀರಲ್ಲಿ ಬಾಯಾರಿದ ಮೀನು
ಲೋಟದಲ್ಲಿ ಸಿಕ್ಕಿಬಿದ್ದ ಆಕಾಶ
ಸಂಪಿಗೆಯೆಂದು ಮುಡಿದವಗೆ
ಸುಡುವ ಕೆಂಡ

ಮತ್ತು ಕೆಲವೊಮ್ಮೆ

ಕರಿಮೋಡ ಸೀಳುವ ಬೆಳ್ಳಕ್ಕಿ
ಕೆಳಗೆ ತೊನೆವ ಹಸಿರು
ಮಳೆಯ ಕಂಪುಗಾಳಿ
ಬಾನೆತ್ತರಕ್ಕೆ ಚಿಮ್ಮಲು ಹೋಗಿ
ಭೂಮಿಗೆ ತಲೆಬಾಗಿದ
ಕಾಮನಬಿಲ್ಲು

ನಾದ

ನಾದವೊಂದು ಮಗುವಿನಂತೆ
ತಂತಿಯೊಳಗೆ ಮಲಗಿದೆ
ಜಗವ ಎಳೆವ ಸೆಳೆತವೊಂದು
ತಂತಿಯನ್ನು ಬಿಗಿದಿರೆ
ಮೀಟುವಂಥ ಬೆರಳಿಗಾಗಿ
ತಂತಿ ಮಾತ್ರ ಕಾದಿದೆ

ಮೇಘಮಾಲೆ ಮುತ್ತನೀವ
ನೀಲನಭದ ಚಿತ್ತವನ್ನು
ಬೆಟ್ಟ ದೊಡ್ಡದಿದ್ದರೂ
ತುದಿಯು ಮಾತ್ರ ತಾಕಿದೆ
ಬೃಹತ್ತಾದುದೆಲ್ಲವೂ
ಕಿಂಚಿತ್ತನ್ನೆ ಹೇಳಿದೆ

ಕಳೆದುದೇನು ತಿಳಿಯದೇ
ಹೃದಯವೇನು ಹುಡುಕಿದೆ
ಎಲ್ಲಿ ಹುಟ್ಟಿದಲೆಯು ಬಂದು
ಇಂದು ಮೆಲ್ಲ ಮುಟ್ಟಿದೆ?

ಮರೆತುಹೋದ ಪ್ರಶ್ನೆಗೆ
ಉತ್ತರವು ಬೇಕಿದೆ
ಮೀಟದೇ ಮಿಡಿದಿದೆ
ನಾದವೊಂದು ಮಲಗಿದೆ

ಹನಿ

ಒಡಲ ತುಂಬ ಮರಿಚಿಗುರುಗಳ
ತುಂಬಿಕೊಂಡ ಮುದಿ ಬೆಟ್ಟವೊಂದು
ಒಂದು ಚೂರಾದರೂ ಮಳೆಯಿತ್ತೇ
ನಿಮ್ಮಲ್ಲಿ ಒಂದಾದರೂ ಹನಿಯಿತ್ತೇ?
ಎಂದು ಹೋಗಿ ಬರುವ ಮೋಡಗಳೊಡನೆ
ಬೇಡುತ್ತಿರುವುದನ್ನು ನೋಡಲಾಗದೇ
ಹಾದುಹೋಗುತ್ತಿದ್ದ ಎರಡು ಬಿಳಿ ಮೋಡಗಳು
ತಬ್ಬಿ ಅಳುವ ಗಿಡದಮರಿಗಳಿಗೆ
ತಮ್ಮ ನೆರಳ ಸೆರಗು ಹಾಸಿ ಕೂತವು
ಬಾರದ ಮಳೆಗೆ ದೂರದೂರದವರೆಗೂ
ನಿರುಕಿಸಿ ಕೈಚೆಲ್ಲಿ

ಪಯಣ

ಚುರುಕು ಸೂರ್ಯನ ಮುಡಿದ
ಮುರುಕು ಗಾಜಿನ ಕಾರುಗನ್ನಡಿಯೊಳಗಿಂದ
'ಹೋಗಿ ಬಾ'
ಎನ್ನುವ ಬೆಟ್ಟ ಸಾಲುಗಳು

ಭರಪೂರ ಆಕಾಶದೊಳಗೆ
ಮಳೆಯ ಸುದ್ದಿಯ ಧಾವಂತ ಹೊತ್ತ
ತುಂಟ ಮೋಡಗಳು

ಅವುಗಳಿಗೆಂದೇ ಕಾದು
ಕಲ್ಲಾಗಿ ಚೆಲ್ಲಿದ ಗುಡ್ಡಗಳು

ಬೆಳಕ ನೇಯುತ್ತ ನಿಂತ
ತಂತಿಗಳ ಹೊತ್ತ ಕಂಬಗಳು

ನಿಶ್ಚಲ ದಾರಿಗಳ ಮೇಲೆ
ಹೊಳೆವ ಬಿಂಬಗಳು

ಹೋದಷ್ಟೂ ಬೆಂಬಿಡದ
ಇದು ಯಾವ ಮುನ್ನುಡಿ
ಇದೆಂಥ ಪಯಣ
ಇದಾರ ಕನಸು

ಉಸಿರು ಬಿಗಿ ಹಿಡಿದು

ಅಖಂಡವಾಗಿ ಹಬ್ಬಿದ
ಅನಂತ ವಿಶ್ವದ ಪ್ರತಿ ಅಣುವೂ
ಉಸಿರು ಬಿಗಿಹಿಡಿದು ಮೌನವಾಗಿದೆ

ಧೂಳಿನ ಕಣವೊಂದರ
ಮೇಲೆ ನಡೆಯುತ್ತಿರುವ
ನಮ್ಮೆಲ್ಲರ ಕ್ಷುದ್ರ ಗಲಾಟೆಯನ್ನೂ
ಅರೆಕ್ಷಣದ ಹುಚ್ಚು ನಾಟಕಗಳನ್ನೂ
ನೋಡುತ್ತ

ಅಷ್ಟಾದರೂ ನಮ್ಮಿಂದ
ಮಹತ್ತರವಾದ್ದೇನನ್ನೋ
ಸಹನೆಯಿಂದ ನಿರೀಕ್ಷಿಸುತ್ತ

ನನ್ನಮ್ಮ

ಒಂದೊಂದೇ ದೀಪದೆಸಳು ಬಿಡಿಸಿ
ಮಾಲೆ ಮಾಡಿ ಮುಡಿವವಳು
ಜ್ವಾಲೆಯ ಸೆರಗನ್ನೆ ಉಟ್ಟು
ಸುಟ್ಟು ಭಸ್ಮವಾದಳು
ಭಸ್ಮವಾಗಿ ತಾ ಶಿವನ ಮೈ ಅಪ್ಪಿದಳು
ಅವನ ಅರ್ಧ ಹರಿದಳು
ತಾ ಹೋಗಿ ಅಂಟಿದಳು
ಅವನ ವಿಷವ ತಾನು ಕುಡಿದು
ಸಕಲ ಜಗವ ಹಡೆದಳು
ಬಲು ಘಾಟಿ, ಗಟ್ಟಿಗಿತ್ತಿ
ಅಪ್ಪಟ ಹದಿ ಹೆಣ್ಣವಳು,
ಇಡೀ ಲೋಕ ಬಾಚಿ ಕಟ್ಟಿ
ಹೆರಳಿನಂತೆ ಮುಡಿದಳು
ನನ್ನಮ್ಮ ಎಲ್ಲಮ್ಮ,
ಎಲ್ಲರಮ್ಮ ಆದಳು

ಎಚ್ಚರಿಸು

ಮುಗಿಬಿದ್ದ ಮುಗಿಲೇ ನೀ ಹೊದಿಕೆ ಸರಿಸಿ
ಮಲಗಿರುವ ಮಗು ಸೂರ್ಯನನ್ನೆಚ್ಚರಿಸು

ಧುಮುಕುವ ತೊರೆಯೇ ನೀ ಕಾಲ ಕುಣಿಸಿ
ಮಡಿಲ ಕಲ್ಲುಗಳ ಗೆಜ್ಜೆ ಝೇಂಕರಿಸು

ಕಾಲ ನೀ ಮರೆಸು ಎತ್ತಿ ಬಂದ
ಹತ್ತು ಜನ್ಮದ ನೆನಪು
ದೊರಗು ಕಲ್ಲಿನ ಕುಳಿ ತುಂಬಿ
ಮಸೆ ಮೈಯ ನುಣುಪು

ಹರಿದು ಸುರಿವ ಮಳೆಯೇ
ನೀ ಎಚ್ಚರಗೊಳಿಸು ಭೂಮಿಯೊಳಗಿನ ಹೆಣ್ಣ

ದೇಗುಲದ ಹಳೆ ಕಂಚು ಗಂಟೆಯೇ
ತೆರೆಸು ನೀ ಕಲ್ಲು ದೇವರ ಕಣ್ಣ

ಹೊತ್ತಿ ಕುಣಿಯುವ ಮಿಣಕು ದೀಪವೇ

ನೀ ಮಾತ್ರ ಎಚ್ಚರಿಸು ಈ ಎಲ್ಲವನ್ನು
ಎಲ್ಲವನ್ನು ಒಳಗೊಂಡ ಇರವನ್ನು

ಹೂಭಾರ

ಆಸೆ ಮೊಳೆತು ಮೈಯೆಲ್ಲ
ಮೊಗ್ಗು ಬಿರಿದು ಹೂವಾಗಿ
ಊರಿಡೀ ಘಮಲಲ್ಲಿ
ತೇಲದೇ ಮುಳುಗಿದರೂ
ಹೂ ಕೀಳುವವರಿಲ್ಲ
ಭಾರ ಇಳಿಸುವವರಿಲ್ಲ
ಆ ದೇವರಿಗೆ
ಕಿಂಚಿತ್ತೂ ಕರುಣೆಯಿಲ್ಲ

ಮೈಯೆಲ್ಲ ಕಣ್ಣಾಗಿ
ಮೊಗತುಂಬಿ ತುಟಿ ತೆರೆದು
ಜೀವವೇ ಸೆಳೆದಿಟ್ಟ ತಂತಿ
ಬಿಗಿಯಾಗಿ ಕಾದರೂ
ಮೀಟುವವರಿಲ್ಲ
ಮಿಡಿಯುವವರಿಲ್ಲ
ಖಂಡಿತಾ
ಆ ದೇವರು ಪ್ರೇಮಿಯಲ್ಲ

ಸಮುದ್ರ ದಾಟಿ

ನನ್ನ ತಲುಪುವ ದಾರಿ
ಬಲು ದುರ್ಗಮ
ಕಾಲು ಕಾಲಿಗೆ ಕಲ್ಲು
ಹಿಸಿದು ಪರಚುವ ಮುಳ್ಳು
ತಗ್ಗಿನಲ್ಲಿ ಮಲಗಿದ ಹಾವು
ಮೇಲೆ ಬೇಟೆಯಾಡುವ ಹದ್ದು
ಇಲ್ಲೊಂದು ದಾರಿ
ಎಲ್ಲೋ ಹೋಗುತ್ತದೆಯೆಂದು
ಬಹಳಷ್ಟು ಜನಕ್ಕೆ
ಗೊತ್ತೂ ಆಗುವುದಿಲ್ಲ

ಗೊತ್ತಾದ ಕೆಲವರಿಗೆ
ಹಿಂದಿರುಗಲು
ಬಹಳ ಸಮಯ ಬೇಕಿಲ್ಲ

ಆದರೂ
ಹೇಳಿಬಿಡುತ್ತೇನೆ
ಏಳು ಸಮುದ್ರ ದಾಟಿ
ಕೀಳು ಸಮುದ್ರ ಈಸಿ
ಬಂದ ರಾಜಕುಮಾರನೆ

ದಾರಿ ಸವೆಸಿದರೂ
ಸಿಗದು ಇಂದ್ರವನದ ಉದ್ಯಾನ
ನನ್ನೊಳಗೆ ಇರುವುದೇ
ಶತಶತಮಾನದ ಕೆಸರು

ಆ ಕೆಸರಲ್ಲಿಯೂ
ಅರಳಿದ ಒಂದೇ ಒಂದು
ಹೃದಯ ಕಮಲ

ಕಮಲ ನಿನ್ನದಾಗಬೇಕೆಂದರೆ
ಕೆಸರ ಸಹಿಸಲೇಬೇಕು

ಆಸೆಯ ಕುದುರೆಯೇರಿ ಬಂದ
ನಾಜೂಕು ಸುಕುಮಾರನೇ
ಸುಮ್ಮನೆ ಹಿಂದಿರುಗು
ಇದೆಲ್ಲ
ನಿನ್ನ ಕೈಲಿ ಆಗುವಂಥದ್ದಲ್ಲ

ನೀರಿನ ಲೋಟದೊಳಗೆ

ನೀರಿನ ಲೋಟದೊಳಗೆ
ಎದ್ದು ಬಿದ್ದು ಈಸುತ್ತಿರುವ
ಬಡಪಾಯಿ ನೊಣವೇ

ಈಸು
ಧೈರ್ಯ ತೋರಿ
ನಿನ್ನ ಶಕ್ತಿಮೀರಿ

ನೊಣ ನೀ ಸಣ್ಣದಿರಬಹುದು
ನೀರೂ ಆಳವಿರಬಹುದು

ಈಸು
ಭಯವ ತೂರಿ
ನಿನ್ನ ಶಕ್ತಿಮೀರಿ

ನಿನ್ನ ಹೋರಾಟ ಮಾತ್ರ
ಬಲು ದೊಡ್ಡದು
[illegible] ಹಳೆಯದು

ಅವಿದ್ಯೆ

ಯಾರೂ ಕಲಿಸಲಿಲ್ಲ
ನಾನೂ ಕಲಿಯಲಿಲ್ಲ
ಬದುಕುವುದು ಹೇಗೆಂದು.

ಯಾರೂ ತೋರಲಿಲ್ಲ
ನಾನೂ ನಂಬಿದೆನಲ್ಲ
ಮುಳುಗುವುದೇ ಬದುಕೆಂದು

ಜೀವಂತ

ನಿನ್ನ ಗುಣ
ಸೌಂದರ್ಯಗಳಿಗಿಂತ
ನಿನ್ನ ವಿಕ್ಷಿಪ್ತ
ಓರೆಕೋರೆಗಳಿಂದಲೇ
ನೀನು
ಹೆಚ್ಚು ಜೀವಂತ

ಕಲೆ

ಉರಿವ ಗಾಯಗಳನ್ನೇ
ಬಿರಿದ ಹೂಗಳಂತೆ
ಮುಡಿದು ನಗುತ್ತಿರುವ ಆಕೆ

ನಿಜಕ್ಕೂ ಕಲಾವಿದೆ

ಒಂದು ಹರಕು ಬಟ್ಟೆ

ತಾರಸಿಗೆ ಕಟ್ಟಿದ
ತುಕ್ಕು ಹಿಡಿದ ತಂತಿ

ತಂತಿಗೆ ಸಿಕ್ಕುಬಿದ್ದ
ಹಳೆಯ ಒಂಟಿ ಬಟ್ಟೆ

ಎಷ್ಟು ಪಟಗುಟ್ಟಿದರೂ
ಗಾಳಿಯೊಡನೆ ಹಾರಲುಬಾರದ
ಬಡಕು ಬಟ್ಟೆ

ಹರಕೊಂದು ಇಲ್ಲದಿದ್ದರೆ ಬಟ್ಟೆಯಲ್ಲಿ
ಸಿಕ್ಕೊಂದು ಇಲ್ಲದಿದ್ದರೆ ತಂತಿಯಲ್ಲಿ
ಹಾರಿಬಿಡಬಹುದಿತ್ತು ಸುಮ್ಮನೆ
ಛೆ! ತುಂಟ ಗಾಳಿಯ ಕೈ ಹಿಡಿದು
ಹೋಗಬಹುದಿತ್ತು ಝುಮ್ಮನೆ

ಬಟ್ಟೆ ಬರೀ ಹರಕು
ಅಲ್ಲಲ್ಲಿ ಕೆಟ್ಟ ಕಲೆ
ಪಿಸಿದ ನೂಲು ಜೂಲುಜೂಲು
ಬೇಡವಾದ್ದು ಯಾರಿಗೂ

ಜೀವವಿರದ ತಂತಿಗಾತು
ಜೀವವೇ ಹೋದೀತು
ಎಂಬಂತೆ ಪಟಗುಡುತ್ತಿದೆ
ದಯೆಯಿಲ್ಲ ಈ ಗಾಳಿಗೂ

ಗಾಳಿ ಮೀಟಿ ತಂತಿ ಕುಣಿದು
ಹಾರುವಾಸೆ ಹರಕು ಬಟ್ಟೆಗೂ

ನಿರೀಕ್ಷೆ

ನಿನ್ನ ಪ್ರತಿಯೊಂದು ನಿರೀಕ್ಷೆಯನ್ನೂ
ಮಾತ್ರೆಯಂತೆ ನುಂಗುತ್ತಿರುವೆ ನೋಡು

ಕರಗವು ಅವು ನನ್ನ ಬಡ ಹೊಟ್ಟೆಯೊಳಗೆ
ಕಲ್ಲಿನಂತೆ ಅಲ್ಲೇ ಇವೆ, ತಳದಲ್ಲಿ ಅವುಗಳ ಬೀಡು.

ಮೇಲೆ ಕಾಣುವ ಹತ್ತಿ ಮೋಡಗಳಂತೆ
ಹಾರುವ ಕನಸು ಕಂಡಿದ್ದೆ ನಿಜವಾಗಿ

ನೀಲ ಸಾಗರದಲ್ಲಿ ಸದ್ಯ ತೇಲುತ್ತಲಿರುವೆ
ಒಂಟಿಯಾಗಿ

ಅಷ್ಟು ನಿರೀಕ್ಷೆಯಿಡಬೇಡ ನನ್ನಲ್ಲಿ
ಕರಗದ ಕಲ್ಲುಗಳು ಮುಳುಗಿಸಿಯಾವು ನೀರಲ್ಲಿ

ಮುತ್ತುಗದ ಮರ

ಒತ್ತಾಗಿ ಬೆಳೆದಂಥ
ಮುತ್ತುಗದ ಮರವೊಂದು
ಹೋಗಿಬರುವವರಿಗೆಲ್ಲ
ನೆರಳನೀಯುತ್ತಿತ್ತು

ಆದರಿವತ್ತು ಮಧ್ಯಾಹ್ನ
ಅದಕ್ಕೇ ಕೊಡಲಿ ಪೆಟ್ಟು ಬಿತ್ತು.

ಬಿರುಬೇಸಿಗೆ ನಡು ಮಧ್ಯಾಹ್ನ
ನೆತ್ತಿಯಲ್ಲಿ ನೋವಿನುರಿಯೇ ಬಿರಿದು
ಹೂವಾದ ಮತ್ತುಗದ ಮೊಗ್ಗುಗಳು
ಮೂಕವಾಗಿ ಚೀರುತ್ತಿರಲು

ಧರೆಗುರುಳುವವರೆಗೂ
ಕೊಡಲಿಯಿಟ್ಟವಗೇ
ಕಡೆಯ ನೆರಳ ತಂಪನುಣಿಸುತ್ತಾ

ಮುತ್ತುಗದ ಮರ ಸತ್ತು ಬಿತ್ತು

ಹೂ ಮಾರುವವಳು

ದಿನವಿಡೀ ಕುಣಿದು ಹೊಟ್ಟೆಯ ತಾಳಕ್ಕೆ
ಮನೆಗೆ ದಣಿದು ಬರುವ ಮುಸ್ಸಂಜೆ
ಹೊತ್ತಲ್ಲಿ 'ಹುವ್ವೋ!' ಎಂದರಚಿ
ಹಬ್ಬಿದಾ ಮೃದು ಮೌನಕ್ಕೆ ಬರೆ ಇಟ್ಟು ಬರುವವಳು
ಹೂ ಮಾರುವವಳು

ಒಂದನ್ನೂ ತಾ ಮುಡಿಯಲಾರದವಳು
ಕಣ್ಣಲ್ಲಿ ಬರಿಯ ಕುಡಿ ಮಿಂಚು ಮುಡಿದವಳು
ಬಿಟ್ಟ ನಿಟ್ಟುಸಿರ ಎಳೆಯಲ್ಲೇ ಹೂ ಮಾಲೆ ಕಟ್ಟುವವಳು

ಅವಳ ಸೀರೆಗೆ ಹರುಕೇ ಅಲಂಕಾರ
ಮುರುಕು ಆಟಿಕೆಯೇ ಸರ್ವಸ್ವ ಅವಳ ಮಕ್ಕಳಿಗೆ
ಅವಳ ಮನೆಯ ದೇವರಿಗೆ ಹೂವಿಲ್ಲ
ಬಡವೆಯ ಭಕ್ತಿಯೊಂದೆ ಒಡವೆ ಆ ದೇವರಿಗೆ

ಅದರೂ
ಊರಿನೆಲ್ಲರ ದೇವರ ಮಾನ ಕಾದು
ಮೇಲೇರಿದವಳು

ಅಪೂರ್ಣ

ಸದ್ದಿಲ್ಲದೇ ಹೋದ ನಿನ್ನ
ಸುದ್ದಿಗಾಗಿ ಬಹಳ ಕಾದೆ ನಾನು

ಅಂದು
ಬಿರುಗಾಳಿ ಬೀಸಿ ಬೀಸಿ
ನೆಲಕ್ಕೆ ಬಾಗಿದ ಮರಗಳೆಲ್ಲ
ತಲೆ ಜಪ್ಪಿ ಜಪ್ಪಿ
ತಪ್ಪೊಪ್ಪಿಕೊಂಡ ದಿನ
ತಿರುಗಿಯೂ ನೋಡದೇ ನಡೆದೆ ನೀನು

ಬಡಬಡನೆ ಹೊಡೆಯುತ್ತಿದೆ
ಬಾಗಿಲಿಗಿನ್ನೂ ಗೊತ್ತಿಲ್ಲ
ನೀನೇ ಮುಚ್ಚಿದೆಯೆಂಬ ಸತ್ಯ
ಉಪ್ಪು ನೀರಿನ ತೇವಕ್ಕೆ
ತುಕ್ಕು ಹಿಡಿದ ಬೀಗ
ಕೀಲಿ ಕೈಲೇ ಹಿಡಿದು ನಡೆದೆ ನೀನು
ನಿಂತು ಹೋದ ಗಡಿಯಾರ ನಾನು

ಎಳೆದು ಕಟ್ಟಿದ ನೆನಪು
ಸೆಳೆದು ಕಾಡುವ ನೋವು
ಮೀಟಿ ಹೋದೆ ನೀನು
ಉಳಿದೆ ಝೇಂಕಾರವಾಗಿ ನಾನು

ಅಪೂರ್ಣ ಸಾಲುಗಳು
ಎಂದಿಗೂ ಕಂಗೆಡಿಸುವವು ನನ್ನ

ಹೇಳದೇ ಹೋದೆಯಲ್ಲ
ನೀ ತಿರುಗಿ ಬರುವುದಿಲ್ಲವೇನು

ಚೂಪಾದ ಬೆಟ್ಟ ಸಾಲು

ಒಮ್ಮೆ ಮೊಗವೆತ್ತಿ ನನ್ನ ನೋಡು
ನೋವಿದ್ದಂತಿದೆ ಕಣ್ಣೊಳಗೆ
ನನಗೊಂದು ಚೂರು ಕೊಡು

ಅಳದಿರು
ಯಾವ ನೋವೂ
ಯಾರಿಗೂ ಎಂದೂ
ಬಗೆದಿಲ್ಲ ಕೇಡು

ಎದೆಯ ಮೃದು ಮಣ್ಣನ್ನು
ಬಗೆಯಿತೇ ನೋವು?
ಬಿತ್ತಿದರಾಯಿತು ಒಂದಷ್ಟು
ಕನಸುಗಳ ಸೇರಿ ನಾವು

ಬಿಳಿ ಹಾಳೆಯ ಮನದಲ್ಲಿ ಚೆಲ್ಲಿದ
ಕರಿ ಶಾಯಿಯಾಯಿತೇ ನೋವು?
ಮಡಚಿದರೆ ಅಗೋ ದೋಣಿ
ತೇಲಿಬಿಡುವ ನಾವು

ಮುಗಿಯದ ರಾತ್ರಿಯೇನಲ್ಲ ಇದು
ಚೂಪಾದ ಬೆಟ್ಟಸಾಲುಗಳು
ಕಡುನೀಲ ಗಗನವ ಸೀಳಿದರೆ
ಎಷ್ಟು ಲಕ್ಷ ತಾರೆಗಳು
ಚೆಲ್ಲಿಬಿದ್ದಿವೆ ನೋಡು

ಹೆಕ್ಕಿ ಒಂದನ್ನಾದರೂ ಮುಡಿದು
ನೀ ನಕ್ಕರೆ, ಎಂಥ ನೋವಿಗೂ
ನಿನ್ನ ಕಣ್ಣಂಚಿನ ಮಿಂಚೊಂದೇ
ಸಾಕು ನೋಡು

ಪೆನ್ನಿನ ಪುಟ್ಟ ಟಾಪು

ನೀನು ಎದ್ದು ಹೋದ ಮೇಲೆ
ಸದ್ದಿಲ್ಲದೇ ನಿಂತೆ ಎಷ್ಟೋ ಹೊತ್ತು
ನಿನ್ನ ನೆನಪು, ಅದರ ಘಮಲು
ಹನಿ ಹುಂಡೂ ಕದಡದಂತೆ

ನೀನು ಅನ್ಯಮನಸ್ಕನಾಗಿ
ಬೆರಳಲ್ಲಿ ಆಡಿಸುತ್ತ ಕೂತಿದ್ದೆ
ಪೆನ್ನಿನ ಪುಟ್ಟ ಟಾಪೊಂದನ್ನು
ಆದರೀಗ ಅನಾಥ ಅದು
ಅದರಷ್ಟು ಅಮೂಲ್ಯ ಈ ಲೋಕದಲ್ಲಿ
ಬೇರಿಲ್ಲ ಖಚಿತವಾಗಿದೆ ನನಗೆ

ಅಲ್ಲಿ ಇಲ್ಲಿ ಹರಡಿಬಿದ್ದಿವೆ
ನೀ ಆಡಿಬಿಟ್ಟ ಮಾತುಗಳೆಲ್ಲ
ಮರದಡಿಗೆ ಬಿದ್ದ ಪಾರಿಜಾತದ ಹೂವಂತೆ
ನನ್ನ ಮುಡಿಗೆ ಅದರ ಮಾಲೆಯೇ ಆಗಬೇಕಂತೆ
ಹೆಕ್ಕುತ್ತಿದ್ದೇನೆ ಒಂದು ಪಕಳೆ ಕೂಡ ಮುದುಡದಂತೆ

ಹೀಗೆ ಬರಬಾರದು ನೀನು
ಬಂದು ಇರಬಾರದು ಹೋದ ಮೇಲೂ
ತಡವರಿಸಿ ನಡೆಯುವಂತಾಗಿದೆ
ಕೋರೈಸುವ ಹೊಸ ಬೆಳಕಿನಲ್ಲಿ
ಕುರುಡಾದೆ ನಾನು

ನಿಚ್ಚಳ

ಮಾತಿನ ಮೆರವಣಿಗೆಯೊಂದು
ಮುಗ್ಗರಿಸಿ ಬಿತ್ತು
ಹೇಳಬೇಕೆಂದುಕೊಂಡಿದ್ದೆಲ್ಲ ಚೂರಾಗಿ
ಆಕಾಶದ ತುಂಬೆಲ್ಲಾ ಚೆದುರಿದ ಸಾಲು

ಏನು ಮಾಡಿದರೂ ಸೋಲಲೊಪ್ಪದ
ಕನಸೊಂದು ಕಣ್ಣೊಳಗೆ ಹಾಯಾಗಿ
ಈಜಾಡಿತು ಮನದಣಿಯೆ

ತಾಳ್ಮೆಯಿಂದ ಹಿಡಿದಿದ್ದ ಅಷ್ಟೂ ರಾಗಗಳನ್ನು
ಗಾಳಿ ನೇಯಹೊರಟರೆ

ಹೊಳೆವ ಈ ಘಳಿಗೆ
ಭಟ್ಟಿಯಿಳಿದಂತೆ ಒಳಗೆ
ತೊಟ್ಟಿಕ್ಕಿ ಮನತುಂಬಿಹೋಯಿತು

ಮನವುಕ್ಕಿ ಹರಿದೆದ್ದು
ಮಾತು ಮಾತಿನ ನಡುವೆ
ಕಟ್ಟಿದ್ದ ಅರ್ಥಗಳ ಸಂಕವೇ
ಕೊಚ್ಚಿಹೋಯಿತು
ನಿಚ್ಚಳವಾಯಿತು

ನಾಳೆಯೊಂದು ದೂರದಿಗಂತದಲ್ಲಿ
ಲಗುಬಗೆಯಿಂದ ನನ್ನನ್ನರಸುತ್ತಿರುವಾಗ
ಇಲ್ಲಿ ಈ ಕ್ಷಣವೊಂದು ಮೆಲ್ಲಗೆ ನನ್ನ ಕೈಹಿಡಿಯಿತು
ಮುನ್ನಡೆಸಿತು

ಈ ರಾತ್ರಿ –1

ಕುಂಟು ಗಡಿಯಾರ ನಿಂತು ಹೋದಂಥ ರಾತ್ರಿ
ಕಾದು ಕೆಂಪಾದ ಹಾದಿಗೆ ತಂಪು ಮುಲಾಮಿನ ರಾತ್ರಿ
ಹಳದಿ ದೀಪದಡಿಗೆ ಕೂತು ಬೊಗಳುತ್ತಿದ್ದ ನಾಯಿಯ
ಅಡಿಗೆ ಸೋತು ಮಲಗಿದ ನೆರಳು ಈ ರಾತ್ರಿ

ಒಂಟಿ ಚಂದ್ರನ ತುಂಟ ಯೋಚನೆಗೆ
ನಾಚಿ ಹೊಳೆವ ಮೂಗುತಿ ಈ ರಾತ್ರಿ
ಮುದ್ದು ಕಂದನ ನಿದ್ದೆ ಕಂಗಳೊಳು
ಮಿಂದು ಮೀಸಿದ ಈ ರಾತ್ರಿ

ಮುಚ್ಚಿದ ಬಾಗಿಲಿಗೆ ಬಿರುಕೂ
ಬಿರುಕಿನೊಳಗಿಂದ ಬೆಳಕೂ
ಬೆಳಕಿಂದ ಹೊಮ್ಮಿದ ಹಳೇ ರೇಡಿಯೋ ಹಾಡು
ಈ ರಾತ್ರಿ

ಏನೊಂದೂ ಹೇಳದೇ ತಂಪಾಗಿ
ಎಲ್ಲ ಹೇಳಿದ ಈ ರಾತ್ರಿ

ಈ ರಾತ್ರಿ–2

ಈ ರಾತ್ರಿ ಮಲಗಲಿಷ್ಟವಿಲ್ಲ ನನಗೆ
ಕನಸುಗಳನ್ನು
ಕಣ್ಣುಮುಚ್ಚಿ ಕಾಣಲಿಷ್ಟವಿಲ್ಲ ನನಗೆ

ಇಂದು
ಒಂಟಿ ಕಾಲಿನ ರಾತ್ರಿಗೊಂದು
ಜೊತೆಯಾಗಿ ನಿಂತು
ಅದರ ಉದ್ದ ಆಳ ಅಳೆಯಬೇಕು
ಹಾಗೆ ನೋಡಿದರೇ
ಒಂಟಿ ನಾವಿಬ್ಬರೂ
ಯಾರಿಲ್ಲ ನಮಗೆ,
ಯಾರ ಹಂಗಿಲ್ಲ ನಮಗೆ

ಇದು ಬರೀ ರಾತ್ರಿ
ಇದು ಕೇವಲ ನಾನು

ಯಾವ ದುಃಖವೂ ನನ್ನ ತಟ್ಟದಂತೆ
ಯಾರ ಚಿಂತೆಯೂ ನನ್ನ ಕಾಡದಂತೆ
ನನ್ನ ಕಾಪಿಡುವ ಈ ರಾತ್ರಿ

ಮತ್ತೆ ನಾಳೆ ಬರಬಹುದೆಂಬ ಖಾತ್ರಿಯಿಲ್ಲ ನನಗೆ
ಅದಕ್ಕೇ ಈ ರಾತ್ರಿ ಮಲಗಿಲಷ್ಟವಿಲ್ಲ ನನಗೆ

ಅಮೂರ್ತ

ಮೂರ್ತಿ ಭಿನ್ನವಾದರೆ
ಭಕ್ತಿ ಭಿನ್ನವಾಗುವುದೇ
ಅವನಿಂದ ನೀವೆಂದು
ಭಿನ್ನವಾದಿರಿ
ಒಳಗೆ ಬೆಳಕನ್ನೂ ಮುಟ್ಟಿಸಿಕೊಳ್ಳದೆ
ಏನೊಂದೂ ತಟ್ಟಿಸಿಕೊಳ್ಳದೆ
ಮಡಿಯುಟ್ಟು ಪೂಜೆಗೈದ
ನೀವು ಮನವನ್ನೆಷ್ಟು ತಿಕ್ಕಿ
ತೊಳೆದಿರಿ

ಬೇರೆಲ್ಲೂ ಕಾಣಲಾಗದೇ
ಇಲ್ಲಿ ಬಂದಿರೋ ನೀವು
ಕಲ್ಲು ಮೂರ್ತಿಯೆಡೆಗೆ
ಕಲ್ಲು ಹೃದಯವ ಹೊತ್ತು

ಎಷ್ಟು ಗಂಟೆ ಹೊಡೆದರೂ
ಒಳಗೆ ಏಳಲ್ಯಾರಿರದ ಮೇಲೆ
ಎಂಥ ಆರತಿ ಎತ್ತಿಯೂ
ಒಳಗೆ ಬೆಳಕಿಳಿಯದ ಮೇಲೆ

ಹೆಬ್ಬಾಲದ ಬೇರಿನಂತೆ ಹಬ್ಬಿದ
ಅವನ ಸೃಷ್ಟಿಯ ಒಂದು
ಕಣವನ್ನೂ ಒಳಗೊಳ್ಳದೆ ನೀವು
ಹೇಗೆ ಅವನನ್ನು ಸೇರುವಿರಿ

ಏನನ್ನಾದರೂ ಕೋರುವಿರಿ

ವಿಮೋಚನೆ

ಮೆಲ್ಲನರಳುವ ದೀಪ
ಕಳೆ ಇರುಳ ಶಾಪ

ಮಂದಾಗ್ನಿ ಜ್ವಾಲೆಯ ಎಸಳೊಂದಂತೆ
ತಮವನ್ನೇ ಹೀರಿ ಉರಿದು ನಿಂತಂತೆ
ಮೆಲ್ಲನರಳು ನೀ ದೀಪ
ಕಳೆ ಇರುಳ ಈ ಶಾಪ

ಬಹಳ ಹಳೆಯ ಕೊಳೆ ಎಲ್ಲವನು
ಝುಳಝುಳನೆ ತೊಳೆದು
ಕೊಳವಾದ ಕಣ್ಣೊಳಗೆ ಇಳಿದು
ನೀನೊಂದೇ ಉಳಿದು

ಕೋಟಿ ಗಾವುದ ದಾಟಿ ಮೀರಿದ
ಕಾರಿರುಳ ಹಿಡಿತ ಸಡಿಲಿಸಲು ಸಾಕು
ನಿನ್ನೊಂದೇ ಕಿಡಿಯ ಸಿಡಿತ

ಮೆಲ್ಲಮೆಲ್ಲನೆ ಹಾರು
ಎದೆಯಿಂದ ಎದೆಯೊಳಗೆ
ಸೊಲ್ಲನೆತ್ತದೆ ಕೂರು
ಕಣ್ಣಿಂದ ಕಣ್ಣೊಳಗೆ
ತಣ್ಣಗೆ ಕೊರೆಯುವ ಹೃದಯಕ್ಕೂ
ಹೊದಿಸಿ ಬೆಚ್ಚನೆ ಪ್ರೇಮ

ಪುಟ್ಟ ಬಿಂದುವಾದರೇನು ನೀ
ದಿಟ್ಟತನದೊಳು ಉರಿ
ದಟ್ಟಾಂಧಕಾರದ ಸೊಕ್ಕನ್ನು
ಮುಕ್ಕಿ ಹುರಿಯುವ ನೀ ದೀಪ

ಏನಾದರಿನ್ನೇನು, ನನಗಿನ್ನು ಭಯವೇನು
ಹೊತ್ತಿಕೊಂಡಿರುವೆ ಮನದಲ್ಲಿ
ತೋರಿ ನಿಜದ ಪ್ರತಾಪ
ಮೆಲ್ಲನರಳು ನೀ ದೀಪ
ಕಳೆದು ಇರುಳ ಈ ಶಾಪ

ಇಂದೇಕೋ

ಇದು ಕತ್ತಲೆಯಲ್ಲ
ಬೆಳಕಿಲ್ಲವಷ್ಟೇ ಇಲ್ಲಿ ಮತ್ತೇನಿಲ್ಲ
ನಾನು ಸೆರೆಯಾದ ಕೋಣೆಗೆ
ಕಿಟಕಿಗಳೇ ಇಲ್ಲ.

ಬೆಳಕಿನ ಆಸೆಯಿಲ್ಲ
ಬಯಕೆಯ ಮೋಸವೂ ಇಲ್ಲ
ಈ ಕೋಣೆಯಲ್ಲಿ
ಕುರುಡಾಗಿವೆಯಲ್ಲ ನನ್ನ ಕನಸೆಲ್ಲ

ಒಂದು ಬಿರುಕೂ ಇಲ್ಲ
ಗಟ್ಟಿ ಗೋಡೆಗಳಿಗೆ
ಬೆಳಕಿನ ಒಂದು ಎಳೆಗೂ
ಎಡೆಯಿಲ್ಲವಲ್ಲ

ಆದರೂ
ಎದೆಯೇಕೋ ಹೊಡೆದುಕೊಳ್ಳುವುದು
ಇಂದೇನೋ ನಡೆದುಹೋಗಬಹುದು

ಗೋರಿ ಹೂಗಳು

ಅಂದೊಂದು ದಿನ ನಸುಕಲ್ಲಿ
ಸೂರ್ಯ ಮೂಡುವುದಕ್ಕೂ ಮುನ್ನ
ಸಣ್ಣ ದುಃಖವೊಂದು ಕೊರೆಯುತ್ತಲಿತ್ತು
ನನ್ನ ಒಂದೇ ಸಮನೆ ಬಿಟ್ಟು ಬಿಟ್ಟು

ನಡೆಯುತ್ತಲಿದ್ದೆ ಸುಮ್ಮನೆ
ದಿಕ್ಕು ದೆಸೆ ಕಾಣದೇ
ಹಿಡಿದು ಕೊರೆಯುತ್ತಿದ್ದ
ದುಃಖಕ್ಕೇನು ಶಮನ ತೋರದೇ

ಸಟ್ಟನೆ ನಿಂತೆ ಏನೋ ಕಂಡು
ಪುಟ್ಟ ಮಗುವಿನದ್ದಿರಬೇಕು
ಭೂಮಿಯೊಳಗಿಂದ ಎದ್ದಿತ್ತು
ಪುಟ್ಟ ಹೂಗಿಡಗಳನ್ನೇ ಚಾದರದಂತೆ
ಹೊದ್ದು ಮಲಗಿತ್ತು ಗೋರಿಯೊಂದು.

ಸುಖಕ್ಕೋ ದುಃಖಕ್ಕೋ ಅರಿಯೆ
ಒಡೆದುಹೋಯಿತು ಹೃದಯ
ಒಳಗಿದ್ದ ದುಃಖ ತಪ್ಪಿಸಿಕೊಂಡು
ಹಾರಿ ಕೂತಿತು
ನೋವನ್ನೇ ಹೀರಿ
ಸಾವನ್ನೂ ಮೀರಿ
ಬಿರಿದು ಅರಳಿದ್ದ ಗೋರಿ ಹೂಗಳ ಮೇಲೆ
ಅದಾಗಲೇ ಕೂತಿದ್ದ ಅಸಂಖ್ಯ ಹಳದೀ ಚಿಟ್ಟೆಗಳಲ್ಲಿ
ತಾನೂ ಒಂದರಂತೆ

ಆ ಒಂದು ಕ್ಷಣ
ಒಳಗೂ ಹೊರಗೂ
ಬೆಳ್ಳನೆ ಬೆಳಗಾಯಿತು

ಪಳೆಯುಳಿಕೆ

ನೀ ಕೊಟ್ಟ ನೋವಿಗೆ
ಹೃದಯ ಒಡೆದು
ಚೂರಾಯಿತೆಂದುಕೊಂಡೆ

ಒಡೆದದ್ದೇನೋ ಹೌದು
ಆದರೆ ಚೂರಾಗಲಿಲ್ಲ
ಮೂಡುತಿದೆ ಅದಕೀಗ
ಕ್ಷಮೆಯ ಬೆಳಕಿನೊಂದು ಮೊಳಕೆ
ನಿನ್ನ ನೆನಪೀಗ ಅದರ ಬೇರಿನಡಿ
ಕೊಳೆಯುತ್ತಿರುವ
ಕೇವಲ ಪಳೆಯುಳಿಕೆ

ಒಂದು ಹೆಂಗಸಿಂದಲೇ

ಯಃಕಶ್ಚಿತ್ ಒಂದು
ಹೆಂಗಸಿನ ಮಾತು ಕೇಳುವುದೇ
ಎನ್ನದಿರು ನೀನು
ಯಃಕಶ್ಚಿತ್
ಒಬ್ಬ ಹೆಂಗಸಿಂದಲೇ
ಬಂದ ನೀನು
ಹೇಳುವುದೇನನ್ನು
ಕೇಳುವುದಿನ್ನೇನು

ಪ್ರೇಮ ಕಥನ

ಲೇಖನಿಯ ತಣ್ಣನೆಯ
ತುದಿ ತಾಕಿದೊಡನೆ

ಹಾಳೆ ಕಂಪಿಸಿತು
ನವಿರಾಗಿ
ಶಾಯಿ ಹರಿಯಿತು
ಹಾಳೆಯ ನರನಾಡಿಗಳೊಳಗೆ

ಅಗೋ
ಉಂಟಾಯಿತು
ಹಾಳೆಯೊಳಗೊಂದು
ಜನನ

ಇದು ಬಹಳ ಹಳೆಯ
ಪ್ರೇಮ ಕಥನ

ಆ ಕಾಗದದಲ್ಲೇನಿದೆ ಅಂಥದ್ದು?

ನಿನಗಾಗಿ ಬರೆದ ಒಂದು ಪದ್ಯ
ಹರಡಿಕೊಂಡಿದೆ ಲ್ಯಾಂಪಿನಡಿಗೆ
ಮುಗ್ಧವಾಗಿ

ಕಳಿಸಬೇಕೆಂದು
ಹಲವಾರು ಸಲ
ಅಂದುಕೊಂಡರೂ
ಕಳಿಸದ ಪತ್ರ

ಲ್ಯಾಂಪಿನ ಬೆಳಕು
ಕಾಗದದೊಳಗೆ ತೂರಿ
ಬೆಚ್ಚಗೆ ಹೊಳೆಯುತ್ತಿದೆ
ಕಾಗದ
ಮಂದ್ರದಲ್ಲಿ ಏನೋ
ಗುನುಗುವಂತಿದೆ
ಜೀವ ಬಂದಂತಿದೆ

ಆ ಕಾಗದದಲ್ಲೇನಿದೆ
ಅಂಥದ್ದು

ಅಕ್ಷರಗಳ ನರಜಾಲದೊಳಗೆ
ಹರಿವ ನೀಲಿಯ ಶಾಯಿ.
ಮಿಡಿವ ಕೆಲವು ಸಾಲು
ಸುಡುವ ಎರಡು ನೆನಪು

ಅರ್ಥವಾದಂತಿದೆ ಲ್ಯಾಂಪಿಗೆ
ತಾಳ್ಮೆಯಿಂದ ತಗ್ಗಿ ನೋಡುತ್ತಿದೆ ಅದು
ನಿನಗೆ ಕಳಿಸಿದೇ ನನ್ನ ನಾನೇ
ಹಳಿದುಕೊಂಡರೂ
ಹರಿಯದೇ ಉಳಿದ ಪತ್ರ

ಅನಿರ್ವಚನೀಯ

ಈ ಕ್ಷಣ
ಬೆಳಕಾಗಿ ಕುಳಿತಿದೆ
ಎದೆಯೊಳಗೆ

ವಿವರಿಸಲು ಪದಗಳು
ಪತಂಗಗಳಂತೆ ಸಮೀಪಿಸುತ್ತಿವೆ
ಸೋಲುತ್ತಿವೆ,
ಉರಿದು ಹೋಗುತ್ತಿವೆ

ಎದೆಯಲ್ಲಿ
ಕಡಲೇ ಭೋರ್ಗರೆದಿದೆ.
ಒಡಲೊಳಗೆ ನಡೆದ
ಕಲಹವನ್ನು ತಡೆದಿಟ್ಟ
ಕೋಟೆ ಬಾಗಿಲಿನಂತೆ
ತುಟಿಗಳೆರಡು
ಬಿಗಿಹಿಡಿದಿವೆ

ಕರಗಿ ಕೊಳವಾದ ಕಂಗಳ ತುಂಬ
ತೇಲಿ ಬೆಳಗಿದೆ ತಾವರೆಯ ಅರಳಿಸುವ
ಹುಣ್ಣಿಮೆಯ ಬಿಂಬ
ಅದರ ಸಿಹಿ ನೊರೆಯ ಹಾಲು ತುಂಬಿದೆ
ಎದೆಯ ತಂಬಿಗೆಯ ತುಂಬ

ಕರಿ ಶಾಯಿ

ಅಂದು ಎದೆಯೊಳಗೆ ಸಣ್ಣ ನೋವಿತ್ತು
ಮತ್ಯಾರಿಗೂ ಹಂಚಬಾರದೆಂದಿತ್ತು
ಹೆಜ್ಜೆ ಗುರುತೆಲ್ಲ ಅಳಿಸುವಂಥ ಮಳೆಯಿತ್ತು

ಒಬ್ಬಳೇ ನಡೆದು ಹೊರಟರೆ
ಕಣ್ಣೀರಿಟ್ಟವು ಸಾಲುಮರಗಳು
ಸುರಿದು ರಾಶಿ ಹೂಗಳನ್ನು
ತಲೆದಡವಿ ಸಂತೈಸಿದವು

ಮಸುಕು ಮೋಡದ ಮುಸುಕನ್ನು
ತನ್ನ ಕಿರಣಗಳಿಂದಲೇ ಬಗೆದ ಸೂರ್ಯ
ಬೆಚ್ಚಗಾಯಿತೇ ಎಂದ ಕರುಣೆಯಿಂದ

ಮಳೆಗೆ ಜೋತು ಭಾರವಾದ
ದಾಸವಾಳಗಿಡವೊಂದು ಮುಗುಳ್ನಕ್ಕಿತು
ನಲುಗುವ ಹೂವೊಂದನ್ನಿತ್ತು ಹಗುರಾಯಿತು

ಯಾರೋ ಬಿಸುಟ ಒಂಟಿ ಪತ್ರವೊಂದು
ರಸ್ತೆ ಬದಿಯ ಹಂಗಾಮೀ ಕೊಳವೊಂದರಲ್ಲಿ
ಮೈತುಂಬ ಮೆತ್ತಿದ ಕರಿ ಶಾಯಿಯನ್ನೆಲ್ಲಾ
ತೊಳೆದು ಚೊಕ್ಕವಾಗುತ್ತಿರಲು

ನನ್ನ ನೋವು ಇಲ್ಲವಾಯಿತು

ಭರವಸೆಯ ಗರಗಸ

ಒಳಗೆ ಹೊರಗೆ ಆಡುವ ಉಸಿರು
ಸೂಜಿಯೊಳಗಿನ ದಾರದಂತೆ
ಹೊಲಿಯುತ್ತದೆ
ಉರಿಗೆ ಬಿರಿದುಕೊಂಡ ಗಾಯಗಳನ್ನು
ಹಚ್ಚುತ್ತದೆ ಸಹನೆಯ ಕಹಿ ಮದ್ದನ್ನು

ಕಲ್ಲಿನಲ್ಲಿ ಬಿರುಕನ್ನೂ, ಬಿರುಕಿನಲ್ಲಿ ಚಿಗುರನ್ನೂ
ಮೂಡಿಸುವ ಕಾಲನೇ ನೋಡಿಕೊಳ್ಳುವ ಎಲ್ಲವನ್ನೂ

ಭರವಸೆಯ ಗರಗಸ ಕೊಯ್ದರೂ
ತೋರುತ್ತದೆ, ದುಗುಡ ಬೇಯುವ ತಾಪದಲ್ಲೂ
ತುಮುಲ ತೋರುವ ಶಾಂತಿಯನ್ನು

ಸುಮ್ಮನೆ ಹಾಗೆ

ಅಮ್ಮ ನೀನಿರು ಅಮ್ಮನ ಹಾಗೇ
ಅರಳಿ ನಗುತಿರು ಸುಮ್ಮನೆ ಹಾಗೇ

ಆ ರೂಪಕಗಳ ಮಣಭಾರ ಅಲಂಕಾರ
ತೊಡಿಸುವುದೇ ಬೇಡ ನಿನಗೆ
ಸುಮ್ಮನೇ ನಡೆದು ಹೋಗುವ
ಆಚೆ ದಡದ ವರೆಗೆ
ಮನಸೋಲುವವರೆಗೆ ಮಾತನಾಡುವಾ

ಕಥೆ ಮುಗಿಯುವವರೆಗೂ ಕೂತು ಕೇಳುವಾ
ಎಂದೂ ನಿಲ್ಲದ ಕಾಲದ ಕಲರವ
ಜೊತೆಗೂಡಿ ಒಂದೊಂದೇ ಗುಟುಕಲ್ಲಿ
ಎದುರಿಸುವಾ ಈ ಕ್ಷಣದ ವಿಷವಾ

ಮುದುರಿದ್ದ ಮಡಚಿದ್ದ ಆಸೆಗಳನ್ನೆಲ್ಲಾ
ಮೆಲ್ಲ ಬಿಡಿಸುವಾ, ದೋಣಿ ಮಾಡುವಾ
ಅಮ್ಮ ಮಜಾ ನೋಡು
ಹರಿವ ಬೆಲಗಿನಲ್ಲಿ ಒಂದೊಂದೇ
ತೇಲಿ ಬಿಡುವಾ

ಅತ್ತದ್ದೆಲ್ಲ ಕಣ್ಣೀರು, ಸೆರಗಿನಂಚಿಗೆ ಒರೆಸಿ
ನಕ್ಕದ್ದೆಲ್ಲ ಹೆಕ್ಕಿ ಆರಿಸಿಡುವಾ
ನಿನ್ನ ನಗುವಿನ ಗುಲಗಂಜಿ ಬೀಜ
ಇನ್ನೂ ಒಂದೆರಡು ಕೈಯಲ್ಲೇ ಉಳಿದರೆ
ನೆಟ್ಟುಬಿಡುವಾ ಅಮ್ಮ
ಗಿಡವಾಗಿ ಹೂವಾಗಿ ನಕ್ಕುಬಿಡುವಾ

ಇಲ್ಲಿ ಬಾ ಅಮ್ಮ
ಆಟ ಆಡುವಾ
ನೀ ಅಮ್ಮನಾಗಿಯೂ ನಾ ಮಗಳಿಗೆ
ಜೋಗುಳವೇ ಹಾಡಿದ್ದು
ನಾ ಅಮ್ಮನಾಗಿ ನೀ ಮಗಳಾಗು
ಲಾಲಿ ಹಾಡುವಾ ಪ್ರೇಮದ
ಹಾಲನೂಡುವಾ

ಅಲ್ಲ ನೀನು ಎಲ್ಲರ ಹಾಗೆ
ಅರಳಿ ನಗುತಿರು ಸುಮ್ಮನೆ ಹಾಗೆ

ಹೊಳೆಯುತ್ತ

ಧ್ವನಿಯೊಂದು ಹೊರಟಿದೆ ಹೆಜ್ಜೆಯಿಡುತ್ತ
ಹೆಜ್ಜೆಯಿಟ್ಟಲೆಲ್ಲೆಲ್ಲ ಒಂದೊಂದೇ ಸ್ವರಗಳನ್ನು ಬೆಳಗುತ್ತ
ಮನದಾಳದ ಸೆಳತವೊಂದನ್ನು ಮೆಲ್ಲಗೆ ಎಳೆಯುತ್ತ
ಎಳೆಯುತ್ತ ಹೆಣೆಯುತ್ತ ರಾಗವನ್ನೇ ಸ್ವರಗಳ ಸುತ್ತ

ಸುತ್ತಮುತ್ತಲಿರುವ ಕತ್ತಲಲ್ಲಿ ಸ್ವರಗಳಷ್ಟೇ ಹೊಳೆಯುತ್ತ

ಅದು ಹೋದ ದಾರಿಯಲ್ಲಿ ಸಾಲು ಸ್ವರಗಳ ದೀಪ
ಮೀಟಿಹೋದಮೇಲೂ ಮೆಲ್ಲ ಝೇಂಕರಿಸುತ್ತ
ಎಲಿಯೋ ಹೋದ ಧ್ವನಿ ಮತ್ತೆ ಬರಬಹುದೆಂದು
ಕಾಯುತ್ತ ಕರೆಯುತ್ತ

ಜಗವೇ ಮುಳುಗಿದ ಮೌನ ಸಾಗರದೊಳು ಸ್ವರಗಳಷ್ಟೇ ತೇಲುತ್ತ

ಅಲೆಮಾರಿ ಧ್ವನಿಗೇನು ಮನೆಯಿಲ್ಲ ಮಠವಿಲ್ಲ
ಬೆಂಬತ್ತಿ ಹೋದವರೆಲ್ಲಿ, ಕಳೆದುಹೋದರಲ್ಲ
ಹೆಜ್ಜೆ ಮೂಡದ ದಾರಿಗೊಂದು ಶುರುವಿಲ್ಲ, ಗುರಿಯಿಲ್ಲ
ಗುರುವಿನದೊಂದೇ ಗುರುತು ಮತ್ತೆಲ್ಲ ಅಳಿಯಿತಲ್ಲ
ಮತ್ತು ಇಳಿದಂತೆ, ನಾನಲ್ಲ ನೀನಲ್ಲ

ಸ್ವರಗಳ ಸಾಲು ದೀಪಗಳ ಹಚ್ಚಿ ಧ್ವನಿ ತೋರಿದ
ಬೆಳಕಿನ ದಾರಿಯೊಂದ ಬಿಟ್ಟರೆ ಕತ್ತಲೇ ಮತ್ತೆಲ್ಲ

ಯಾ ದೇವೀ...

ಪಕ್ಕಾ ಮಗುವೊಂದನ್ನು
ಮುದ್ದುಗರೆವ ಧಾಟಿಯಲ್ಲಿ
'ಯಾ ದೇವೀ ಸರ್ವಭೂತೇಷು'
ಎನ್ನುತ್ತಾ ಕೈ ಮುಗಿಯುತ್ತಾನೆ
ಆ ದೇವಿಗೆ ನನ್ನಪ್ಪ

ನನ್ನ ಮರೀ ಇಲ್ಲಿ ಬಾ ಎಂದು ನನ್ನನ್ನು
ಅದೇ ಧಾಟಿಯಲ್ಲಿ ಕರೆದು ಮುದ್ದುಗರೆಯುತ್ತಿದ್ದ
ನನ್ನಪ್ಪ

ಎಲ್ಲೆಲ್ಲಿಂದಲೋ ಹುಡುಕಿ,
ಕಾಡು ಹೂಗಳ ನೋವಾಗದಂತೆ ಬಿಡಿಸಿ
ಅರಿಶಿಣ ಕುಂಕುಮ ಮೆತ್ತಿದ ಫೋಟೋಕ್ಕೆ
ನಾಜೂಕಾಗಿ ಮುಡಿಸಿ
ಒಮ್ಮೊಮ್ಮೆ ಆರತಿ ಎತ್ತುವಾಗ
ಕಣ್ಣೀರ್ಗರೆಯುತ್ತಾನೆ
ನನ್ನಪ್ಪ

ಶಾಲೆಗೆ ಹೊರಡುವ ಮುನ್ನ ನೋವಾಗದಂತೆ
ತಲೆ ಬಾಚಿ ಕಟ್ಟಿ ಹೀಗೆಯೇ
ಹೂ ಮುಡಿಸಿ ಕಳಿಸುತ್ತಿದ್ದ ನನ್ನಪ್ಪ

ನವರಾತ್ರಿಗೆ ಮಿಂದು ಅರೆಹೊಟ್ಟೆಯಲ್ಲಿ
ಪಾಯಸ ನೈವೇದ್ಯ ಇಡುತ್ತಾ
ಮಂತ್ರವೋ ಪುಷ್ಪವೋ
ಪೂಜೆಯೋ ಅರ್ಪಣೆಯೋ
ಎನ್ನುವಂತೆ ಆರಾಧಿಸುತ್ತಾನೆ
ನನ್ನಪ್ಪ

ಇದ್ದ ಅಷ್ಟೂ ಹಾಲು ತೊಟ್ಟೂ ಬಿಡದೆ
ಕುಡಿದು ಅಳುತ್ತಿದ್ದ ಮಗು ನನ್ನನ್ನು
ನೆನೆಸಿದ ಹೆಸರುಕಾಳು ತಿಂದ ಅರೆಹೊಟ್ಟೆಯಲ್ಲು
ತಟ್ಟಿ ಮಲಗಿಸುತ್ತಿದ್ದ
ನನ್ನಪ್ಪ

ರಂಗೋಲಿ ಎಳೆದ
ಎಳೆ ಕೈಗೂ ಕಲಿಸಿದ

ಕೇಳಿ ಮೆಚ್ಚಿದ ಹಾಡು ಹಸೆ
ಒಂದೂ ಬಿಡದೆ ಕಿವಿಗೆ ಬೀಳಿಸಿದ

ಕಡುಬಿನ ರುಚಿಯೇ ಗೊತ್ತಿಲ್ಲ
ಮಗಳಿಗೆಂದು ತಾನೇ ಅಟ್ಟು ಬಡಿಸಿದ

ಸಣ್ಣ ಪುಟ್ಟದಕ್ಕೂ
ಮಗಳು ತನ್ನವಳೆಂದು
ಬೀಗಿ ಹೇಳಿದ

ತನ್ನದೇ ದೇಹದ ಕುಡಿಯನ್ನು
ಜತನದಿಂದ ಬೆಳೆಸಿದ
ಉಳಿಸಿದ್ದಂತೂ ಎಷ್ಟು ಸಲವೋ
ಎಣಿಸಲಾಗದ್ದು
ಯಾವ ಜನ್ಮದ ಋಣವೋ
ತೀರಿಸಲಾಗದ್ದು

ಈಗ ಕಳಿಸುತ್ತಿದ್ದಾನೆ
ಮಗಳು ಮೆಚ್ಚಿದವನೊಡನೆ
ತನ್ನನ್ನೇ ತಾನು ಕಳೆದುಕೊಂಡಂತೆ
ಬೇಲಿಯ ಬದಿಗೆ ನಿಂತು
ಕೈ ಬೀಸುತ್ತ
ಕಣ್ಣೀರ್ಗರೆಯುತ್ತ

ಯಾ ದೇವಿ ಸರ್ವಭೂತೇಷು
ಶಕ್ತಿ ರೂಪೇಣ ಸಂಸ್ಥಿತಾ
ನನ್ನಪ್ಪನ ಕಾಯಿ ತಾಯೇ
ಕೈ ಬಿಡದಿರು ಅವನನ್ನೆಂದೂ!

ವ್ಯರ್ಥ ಪ್ರಯತ್ನ

ತುಂಬಲು ಯತ್ನಿಸುತ್ತೇನೆ ಮನವನ್ನು
ಒಣ ಮಾತುಗಳಿಂದ
ಒದ್ದೆ ನಿರೀಕ್ಷೆಗಳಿಂದ
ಹರಕು ಆಸೆಗಳಿಂದ
ಬರಡು ಭಾಷ್ಯಗಳಿಂದ

ಅವರಿವರ ಭರವಸೆಯಿಂದ
ಎರವಲಿನ ಸಾಲುಗಳಿಂದ
ಕತ್ತಲಿಂದ ಬೆಳಕಿಂದ
ಬಣ್ಣ ಭಿತ್ತಿ ಬೆಡಗಿಂದ

ನೋವಾದರೆ ನೋವು
ಅದಾದರೂ ಇರಲೆಂದು
ನಗುವಾದರೆ ನಗು
ಹೇಗಾದರೂ ಬರಲೆಂದು

ಗೊತ್ತಿದ್ದರೂ ಚೆನ್ನಾಗಿ
ಒಡಕು ಮಡಕೆಯೊಳಗೇನು ತುಂಬಿದರೂ
ಉಳಿಯುವುದು ಬರಿ ಬಿರುಕೊಂದೇ ಎಂದು

ಬಿರಿದು

ನೀ ಕೊಟ್ಟಿದ್ದು ನೋವಾದರೂ
ಹೂವು ನನ್ನ ಹೃದಯ

ಒಡೆದು ಬಿರುಕು ಬೀಳಿಸಿದೆನೆಂದು
ಬೇಸರಿಸದಿರು

ಒಳಗೆ ಇಳಿದದ್ದು ಬರಿ ಬೆಳಕೆ
ಒಡೆದಿದೆ ಅದಕೀಗ ಮೊಳಕೆ

ಹೀಗಿತ್ತು

ಎಣ್ಣೆ ಕಸರಾಗಿತ್ತು,
ದೀಪಕ್ಕೇನು, ಉರಿದಿತ್ತು
ಭೂಮಿ ಕೆಸರಾಗಿತ್ತು
ಕಮಲಕ್ಕೇನು ಅರಳಿತ್ತು

ಬದುಕೊಂದು ಹೀಗಿತ್ತು
ಕಸರೋ ಕೆಸರೋ
ಹಸಿರಾಗೇ ತೋರಿತ್ತು

ಎಲ್ಲ ಮರೆತು ಮಣ್ಣೊಳಾಡುವ
ಸಣ್ಣ ಮಗುವಂತೆ
ಎಂಥ ನೋವಲ್ಲೂ ನಗುವೊಂದು
ಮೆಲ್ಲನರಳಿತ್ತು, ಕಣ್ಣ ಬೆಳಗಿತ್ತು
ಹಿಡಿದು ನಡೆಸಿತ್ತು

ರಹದಾರಿ

ನನ್ನ ಮನದ ಗೋಡೆ
ಸ್ರವಿಸುತ್ತದೆ ತೇವ
ಉಸಿರಾಡಿದರೆ ಹಾರುತ್ತದೆ
ರಂಗುರಂಗಿನ ಬಬ್ಬುಳ

ನನ್ನ ಮನದ ಗೋಡೆ
ಮುಟ್ಟಿದರೂ ಅಕ್ಕುತ್ತದೆ
ಚಾದೊಳಗೆ ಅದ್ದಿದ
ಬ್ರೆಡ್ಡಿನಂತೆ

ತೂಗುಹಾಕಲಾರೆ ಅದಕ್ಕೆ
ಯಾರ ಕಲೆಯನ್ನೂ,
ಅಭಿಮಾನದ ಮೊಳೆಯೂರಿ
ಅಂದಗೆಡಿಸಲಾರೆ
ಯಾವ ಬಣ್ಣಕ್ಕೂ ದಯೆತೋರಿ

ಎಂದೂ ಆರದ ಗೋಡೆಯಲ್ಲಿ
ಜಾಲದಂತೆ ಹರಡಿದ ಬಿರುಕುಗಳು
ಬೇರಿಳಿಸಿವೆ ಗಿಡಗಳು
ಹೂಬಿಟ್ಟು ಕೆಲವು, ಇನ್ನು ಕೆಲವು ಸತ್ತು

ಬರೆದರೆ ಗೋಡೆಯ ಮೇಲೆ
ಸೋರುವವು ಕವಿತೆ
ನಿಸ್ಸಹಾಯಕ ಕ್ಷಣಗಳಂತೆ
ತೊಟ್ಟಿಕ್ಕುವ ಜೇನಂತೆ

ಒರಗಿ ಕೂತು ಯಾವಾಗಲಾದರೊಮ್ಮೆ
ತಂಪನೊಸರುವ ಗೋಡೆಗೆ
ಬಿರುಕಿನೊಳಗಿಂದ ಹುಡುಕುವೆ
ಬಿಡುಗಡೆಯ ರಹದಾರಿ

ಅಪರಿಚಿತ ಕಂಗಳ ನೀವು
ಎಂದಾದರೂ ಒಳಹೊಕ್ಕಿದರೆ
ಕೇಳಬಹುದು ಸಾವಿರಾರು ಬಿರುಕುಗಳ ಪಿಸುಮಾತು

ಬೆಟ್ಟದ ಶಿವ

ಬೆಟ್ಟದ ಶಿವ ಕರೆಸಿಕೊಂಡ
ಮಗಳೇ ಬಾ ಎಂದು
ಬಿಲ್ವದ ರೆಂಬೆಗೆ ಗಾಳಿಯ ಗೆಜ್ಜೆ
ಭೂಮಿ ಸೀಳುವ ಹೆಜ್ಜೆ
ನನಗಾಗಿ ಮೆಲ್ಲ ತಟ್ಟಿ ರಂಜಿಸಿದ
ಒಬ್ಬಳೇ ಮಗಳ ತಲೆ
ನವಿರಾಗಿ ನೇವರಿಸಿದ

ಮುಡಿಯಲು ಮಂದಾರ
ಉಡಲು ನೀಲಾಕಾಶದ ಸೀರೆ
ಮುಳುಗುವ ಸೂರ್ಯನ ಜರಿಯಂಚು ಬೇರೆ
ಒಡಲೆಲ್ಲ ಮೊಗೆದು ಸುರಿದ
ಆಗಷ್ಟೇ ಅರಳಿದ್ದ ಎಳೆ ಮೊಗ್ಗು ತಾರೆ

ಪುಟ್ಟ ಮಗು ನೀನಿನ್ನೂ
ಆಕಾಶದ ಸೀರೆ ಬೇಕೇ?
ಆಸೆ ನೋಡು ಖೋಡಿ ಎಂದು ಛೇಡಿಸಿದ
ಮರುಕ್ಷಣ ಹಳೆ ಹಪ್ಪು ಅಜ್ಜನಂತೆ
ಇನ್ನೂ ದೊಡ್ಡವಳಾಗಬೇಕು,
ಮಾಗಬೇಕು, ಬಾಗಬೇಕು ಎಂದ

ತ್ರಿಲೋಕವನ್ನೇ ಸಂಹರಿಸುವ ತ್ರಿಶೂಲದಲ್ಲಿ
ಕೊಬ್ಬರಿ ಸೀಳಿ ಬಾಯಿಗಿಟ್ಟ
ಸಿಹಿಯಿತ್ತಾ ಕೇಳಿದ
ತನಗೇನೂ ಗೊತ್ತೇ ಇಲ್ಲದಂತೆ
ಇನ್ನು ಸಾಕು ಹೋಗು ನಿನಗೂ ಇದೆ ಸಂಸಾರ
ಹೋಗಿ ನೋಡಿಕೋ ಅದನ್ನು ಎಂದ

ಒಲ್ಲೆನೆಂದರೂ ಕೇಳದೇ,
ಕೆಳಗಿಳಿದು ಮನೆವೆರೆಗೆ ಬಂದ
ಘಟ್ಟದ ಮೇಲಿಂದ ಬೆಟ್ಟದ ಶಿವ ನನ್ನಪ್ಪ

ಮತ್ಯಾವಾಗ ಕರೆಸಿಕೊಳ್ಳುವೆ ಅಪ್ಪಾ?
ಎಂದು ಹಿಂತಿರುಗಿ ನೋಡಿದರೆ
ಅಲ್ಲಿಲ್ಲ ಅವ ಎಲ್ಲಿ? ಮೇಲೆಲ್ಲೋ ಕವಿದ
ಗುಹೆಯ ಕತ್ತಲಲ್ಲಿ ಕಲ್ಲಾಗಿ ಹೋದ
ಸೆರೆಯುಬ್ಬಿ ನಿಂತ ಗಂಟಲಲ್ಲಿ
ಆಡಲಾಗದ ಮಾತಾಗಿ ಉಳಿದೇ ಹೋದ.

ಶಿವನೇ

ಹೇಗೆ ಪೂಜಿಸಲಿ ನಿನ್ನ
ಮರುಕು ಮನಮಂಟಪದೊಳಗೆ
ಎಲ್ಲಿ ಕೂರಿಸಲಿ ನಿನ್ನ

ಪಾಚಿ ಕಟ್ಟಿದ ಪೀಠ
ತುಕ್ಕು ಹಿಡಿದ ಗಂಟೆ
ಇನ್ನೇನು ಆರಲಿರುವ ದೀಪ
ಮೇಲೆ ಕಾಲ ಹೆಣೆದ ಬಲೆ
ಕೆಳಗೆ ಒಡಕು ನೆಲದಲ್ಲಿ
ರಾಶಿ ಕೊಳೆತ ಎಲೆ

ಕತ್ತಲೆ ಗರ್ಭಗುಡಿಯಲ್ಲಿ
ಹೊತ್ತಲಾರದ ಬೆಳಕಲ್ಲಿ
ಹೀಗೆ ಧುತ್ತನೆಂದಿಳಿದರೆ ನೀನು
ಹೇಗೆ ಆದರಿಸಲಿ ನಿನ್ನ
ಏನು ಅರ್ಪಿಸಲಿ ನಿನಗೆ

ಪೂಜೆ ಶಾಸ್ತ್ರ ಗೊತ್ತಿಲ್ಲ
ಮಡಿ ಮೈಲಿಗಯ ಗಂಧವೂ ಇಲ್ಲ
ನನ್ನದೆನ್ನಲೂ ಇಲ್ಲೇನಿದೆ
ಎಲ್ಲ ನಿನ್ನದೇ ಅಲ್ಲ?
ಕತ್ತಲೆಯ ಕರುಣೆ ಬೆಳಕಿನ ಮರುಸ್ಮರಣೆ
ನಿನ್ನ ಆಟವೇ ಎಲ್ಲ

ಇರುವುದೊಂದೇ ಹೃದಯ
ಅದನ್ನೇ ಇಟ್ಟಿರುವೆ ನಿನ್ನ ಕಾಲಡಿಯಲ್ಲಿ

ಹೂವೆಂದು ಮುಡಿ
ಹಣ್ಣೆಂದು ತಿನ್ನು
ನನ್ನಪ್ಪಾ
ಢಮರುವೆಂದೇ ಬಡಿ

ಹೇಗೂ ಸದಾ ಹೊಡೆದುಕೊಳ್ಳುವುದು
ಅದು ನಿನ್ನದೇ ಹೆಸರಲ್ಲಿ

ಹೋಗದಿರು ಈಗಲೇ

ನೀ ಬರುವವರೆಗೂ
ಖಾಲಿ ಚಿಪ್ಪಾಗಿದ್ದೆ
ನಾನು

ನೀ ಬಂದ ಮೇಲೆ
ತುಂಬಿಕೊಂಡಿತು ತಿರುಳು
ಹಗಲು ಇರುಳು

ಇನ್ನೂ ನನಗೆ
ಹಣ್ಣಾಗಿ ಕಾಯಾಗಿ,
ಹೀಚಾಗಿ ಮೊಗ್ಗಾಗಿ
ಕವಲೆರಡು ಒಂದಾಗಿ
ಎಲೆಯೆಸಳು ಚಿಗುರಾಗಿ
ಮರವಾದ್ದು ಗಿಡವಾಗಿ
ಗಿಡವಾದ್ದು ಸಸಿಯಾಗಿ
ಮೊಳೆದಂಥ ಬೀಜ
ಮಣ್ಣೊಳಗೆ ಮಣ್ಣಾಗಿ

ಎಲ್ಲ ಕಡೆಯಿದ್ದೂ
ಎಲ್ಲೂ ಇಲ್ಲವಾಗಬೇಕು

ಬಲಿಯುವುದು ಆಗಲೇ
ಹೋಗದಿರು ಈಗಲೇ

ಮೂರು ಚೂಡಿದಾರ

ಕಾಲೇಜು ಮೆಟ್ಟಲು
ಹತ್ತಿದ್ದೇ ಗಮನಕ್ಕೆ ಬಂತು

ಕೆಮಿಸ್ಟ್ರಿ ಬಯಾಲಜಿಯಲ್ಲ
ಗಣಿತವಂತೂ ಮೊದಲೇ ಅಲ್ಲ
ಗಮನಕ್ಕೆ ಬಂದಿದ್ದು–
ಈ ಹುಡುಗಿಯರಿಗೆ ಎಲ್ಲಿಂದ ಸಿಗುತ್ತದೆ
ಇಷ್ಟೊಂದು ಬಟ್ಟೆ ಬರೆಗಳು
ಅದಕ್ಕೆ ಹೊಂದುವ ಬಣ್ಣ ಬಣ್ಣದ ಕೊಡೆಗಳನ್ನು
ಹಿಡಿದ ಕೈಯಲ್ಲಿ ಹೊಳೆವ ವಿವಿಧ ಬಳೆಗಳು

ಹೌದು ಹೌದು ನೀ ಸುಂದರಿಯೇ
ಎಂದು ತಲೆದೂಗುವ ಲೋಲಾಕು
ಭೂಮಿಯೊಡಲನ್ನೇ ಸೀಳುವಂತಿರುವ
ಚೂಪು ಬುಡದ ಚಪ್ಪಲಿಗಳು

ಎಲ್ಲಿ ಹೇಗೆ ದಕ್ಕಿದವು ಈ ಹುಡುಗಿಯರಿಗೆ
ಕನಸಲ್ಲೂ ನನಗೆ ಸಿಗದ ಅವಕಾಶಗಳು

ನನ್ನಲ್ಲಿ ಇರುವುದು ಮೂರೇ ಚೂಡಿದಾರ
ಎರಡು ಅಲ್ಲಲ್ಲಿ ಹರಕು, ಮನೆಗಾಯಿತು
ಉಳಿದ ಒಂದು ಹೊರಗೆ ಹೋಗಲು,
ಇವಿಷ್ಟೇ ನನ್ನ ಸರಕು.
ಸೂರ್ಯರಶ್ಮಿಯನ್ನೇ ಮುಡಿಗೇರಿಸಿ ನಗುತ್ತಿದ್ದೆ
ಆಗಾಗ ಹೊದೆಯುತ್ತ ಆಕಾಶದ ನೀಲಿಯೂ.

ಈಗ
ಇರುವ ಮೂರು ಬಟ್ಟೆಗಳೆಂದರೆ–
ಹೆದರಿಕೆ,
ಅವಮಾನ,
ಸಂಕೋಚಗಳು

*

ಹೇಗೆ ಕೇಳುವುದು
ಮೂರು ವರ್ಷದಿಂದ ಹೊಸ
ಸೀರೆಯನ್ನೇ ಕೊಳ್ಳದ ಅಮ್ಮನನ್ನು

ಕೇಳಲು ಮನಸಾದರೂ ಎಲ್ಲಿ
ಮದುವೆ ಮನೆಯ ಶರಟು ಪೀಸು
ಹೊಲಿಸಿ ನಗುವ ಅಪ್ಪನನ್ನು

ಒಂದು ಚೂಡಿದಾರದ ದುಡ್ಡಲ್ಲಿ
ನನ್ನಮ್ಮ ಮೂರು ತಿಂಗಳ ದಿನಸಿ
ತರುತ್ತಾಳೆ

ಅದರ ಮೇಲಿನ ದುಡ್ಡನ್ನು
ನನ್ನಪ್ಪ ತಿಂಗಳಿಡೀ ದುಡಿಯುವಲ್ಲಿ
ಸೋಲುತ್ತಾನೆ.

ಏಕೆ ಸಿಗುತ್ತಾವೆ ಕೆಲವರಿಗೆ
ಎಲ್ಲವೂ
ಮತ್ತು ಉಳಿದವರಿಗೆ
ಬರೀ ಅವಮಾನಗಳು

ಕಲ್ಲಂತೆ ಕೆರೆಯಲ್ಲಿ

ಹಸಿ ಕ್ಷಣಗಳನ್ನು
ನುಂಗುತ್ತಿದೆ ಈ ದಿನ
ಹಸಿವು ತುಂಬಿದ ತಾಸುಗಳನ್ನು
ಚುರುಗುಡಿಸುವ ಈ ದಿನ

ಬಿಸಿಲಿನಲ್ಲಿ ಕರಗುತ್ತಿದೆ

ಆಸೆಯ ಐಸ್‌ಕ್ರೀಮೊಂದು
ತೊಟ್ಟಿಕ್ಕುವ ಕ್ಷಣಗಳನ್ನು
ಮೆಲ್ಲಗೆ ನೆಕ್ಕುತ್ತಿದೆ

ಈ ದಿನ

ಕಳೆಯುತ್ತಿಲ್ಲ ಈ ದಿನ
ಕಣ್ಮುಂದೆ ಎಳೆಯುತ್ತಿದೆ ಈ ದಿನ
ನೆನ್ನೆ ರಾತ್ರೆಯಿಂದ
ನಾಳೆ ಬೆಳಿಗ್ಗೆಯವರೆಗೆ
ಸೆಳೆದು ಕಟ್ಟಿದ ಈ ದಿನ

ಮೀಟದೇ
ಎದೆಯಲ್ಲಿ ಕಂಪಿಸದೇ
ಕಲ್ಲಂತೆ ಕೆರೆಯಲ್ಲಿ
ಹೂತು ಹೋದ ಈ ದಿನ.

ಕಾಲಕ್ಷೇಪ

ಅವಳು
ಮುಗಿಲು ಕರಗುವ
ಮಳೆಯಲ್ಲಿ ನೆನೆದು
ಮೃದುವಾದ
ಇಳೆಯೊಳಗೆ ಬೇರಿಳಿಸಿ
ಆಕಾಶ ಸೀಳುವಂತೆ ಬೆಳೆದು
ಮೋಡಗಳ ಹಿಂದೆಲ್ಲೋ
ಅಲೆವ ಬಿಸಿಲ ನೂಲಗಳನ್ನು
ಹೆಣೆದು ಹೊದೆಯುತ್ತಾಳೆ
ಕಾಲಕ್ಷೇಪಕ್ಕಾಗಿ

ಪೂರ್ಣ

ಸಂಪೂರ್ಣತೆಯ
ಹಿಂದೆ ಬಿದ್ದವರು
ಅಪೂರ್ಣವಾಗುಳಿದರು
ಅಪೂರ್ಣತೆಯ
ಅಪ್ಪಿದವರು
ಅರ್ಥಪೂರ್ಣವಾದರು.

ನೋವಿನ ಹಕ್ಕಿ

ಎದೆ ಮೊಳೆತು
ಧ್ವನಿ ಒಡೆದು
ಗಿಡವಾಗಿ, ಕವಲೊಡೆದು,
ಬೋಳು ಟೊಂಗೆಗಳು
ಆಕಾಶವನ್ನೆಷ್ಟು ಜಗ್ಗಿದರೂ
ಹನಿ ನೀರಿಲ್ಲ,
ಮಳೆ ಹೆಸರಿಲ್ಲ
ಎಳೆ ಹಸಿರಿಲ್ಲ

ಚಡಪಡಿಸುವ ಅಸಹಾಯಕತೆಯಲ್ಲಿ
ಕಾಡಿಡೀ ಕವಿದ ನಿಶ್ಶಬ್ದದೊಳು
ನೆರವಿಗಾಗಿ ಕೂಗೇ ಕೂಗುತ್ತಿದೆ
ಬರಡು ಟೊಂಗೆಯ ಮೇಲೆ

ಒಂಟಿ ನೋವಿನ ಹಕ್ಕಿ

ಬಿಳಿ ಮೌನ

ಮಾತಿನ ತೋಟದಲ್ಲಿ
ಮೌನವಾಗಿ ಅರಳುವೆನು
ಹಕ್ಕಿ ತೆಗೆಯುವೆನು
ಮಾತುಗಳ ನಡುವಿನ
ಹತ್ತಿಯಂಥ ಮೌನವನ್ನು
ಕೂತು ನೂಲುವೆನು
ಹಣಿದು ಹೆಣೆಯುವೆನು
ಮೌನದ ಬಿಳಿ ಚಾದರವನ್ನು

ಹೊಟ್ಟೆಯೊಳಗಿಂದ ಛಳಿ
ಹುಟ್ಟುವಂಥ ಮಾತುಗಳು
ಕೊರೆವ ರಾತ್ರಿಗಳಲ್ಲಿ
ಬೆಚ್ಚಗಿನ ಮೃದು ಮೌನವನ್ನು
ಹೊದ್ದು ನಿದ್ದೆ ಹೋಗುವೆನು.

ಅನಾಮಿಕ

ಕಾಡು ಹೂವಿಗೆ ಬರದು
ನಯ ನಾಜೂಕುತನದ ಸೆಳಕು
ನುಲಿವ ಚೆಂಗುಲಾಬಿಯಂತೆ
ಅದರ ಚೆಲುವೇನಿದ್ದರೂ ಮುಕ್ತ
ನೀಲಿ ಬಾನಿನಲ್ಲಿ ಖುಲ್ಲ
ತೇಲುವ ಬಿಳಿಯ ಮೋಡದಂತೆ

ಮೈತುಂಬಾ ಮುಳ್ಳು ಒರಟಾದ ಪಕಳೆ
ಅರಳಿ ನಗಲು ಗೊತ್ತು
ಬೇರಿಳಿಸಿ ಕಲ್ಲಲಾದರೂ ಅದಕೆ

ಸೇರಿಸದು ಹತ್ತಿರ ಯಾರನ್ನೂ
ಏರದು ಯಾರ ಮುಡಿಯನ್ನೂ
ಅದಕಿಲ್ಲ ಯಾರ ಅಂದ ಹೆಚ್ಚಿಸುವ
ಗೋಜು ರಗಳೆ

ಚೆಲುವು ಖಂಡಿತಾ ಸೌಮ್ಯವಲ್ಲ
ಅಲೆಮಾರಿ ಹೆಣ್ಣ ಕಣ್ಣಿನಂತೆ
ಬಲು ಗಾಢ ಬಣ್ಣ

ರೀತಿನೀತಿಯ ಗೋಳಿಲ್ಲ
ಇತಿಮಿತಿಯ ಅರಿವಿಲ್ಲ
ಚೌಕಟ್ಟಿನಾಚೆಯೇ ಇದರ ಸೊಬಗು
ಊರ ಹೂವಂತಲ್ಲ
ಕಾಡುವುದು ಕಾಡು ಹೂವು
ಅರಳಿದಂತೆ ಬರಿಯ ಬೆರಗು

ಮುಡಿಯ ಹಂಗಿಲ್ಲದೇ
ಗುಡಿಯ ಗುಂಗಿಲ್ಲದೇ
ಇಡಿಯ ಕಾಡಿಗೆ ಕಾಡೆ
ಮುಗುಳ್ನಕ್ಕಂತೆ

ತನಗಾಗಿ ಅರಳಿತ್ತು
ತನಗಾಗೇ ಮುದುಡಿತ್ತು
ಅರ್ಥವಾಗದ ಸ್ವಪ್ನದಂತೆ

ಹರಿವ ಕನ್ನಡಿ

ನೀನು ಬಿಟ್ಟು ಹೋದ ಕ್ಷಣದ
ಅನಂತ ಮೌನದ ಶೂನ್ಯ
ಹೊರಗೆ ಕಣ್ಣ ಹನಿಯಾಗಿ
ಕೆನ್ನೆ ಮೇಲಿಳಿದರೂ
ಒಳಗೆ ಭೋರ್ಗರೆಯಿತು
ಸುರಿವ ಜಲಪಾತವಾಗಿ

ಸಾವಿರ ಸೇತುವೆಗಳ ಒಡೆದು
ಬೇಡದ ಬಂಧನವ ತೊಡೆದು
ಹರಿದು ನದಿಯಾಗಿ
ಹೊಳೆವ ಕನ್ನಡಿಯಾಗಿ
ತೋರಿತು ನನ್ನದೇ ಕಲ್ಲು ಕೊರಕಲುಗಳ
ಮೇಲೆ ಹಚ್ಚೆ ಕುಚ್ಚಿದ ಪಾಚಿ
ದಡದಲ್ಲಿ ಕವಿದ ಗೊಂಡಾರಣ್ಯ
ಒಳಗೆ ಕೂಗುವ ಹಾಡು ಹಕ್ಕಿ

ಹಾಗೇ ಮುನ್ನುಗ್ಗಿ ಸಾಗಿ
ತೆರೆದು ಆಕಾಶಕ್ಕೇ
ಹರಡಿ ಸಾಗರವಾಗಿ
ಈಗ
ಮಾತಿನೊಳಗೆ ಮೌನ
ಹಾಳೆಯೊಳಗೆ ಖಾಲಿ

ಇನ್ನು ಇದರೊಳಗೆ
ಮುಂದೆ ಎಂದಾದರೂ
ಹುಟ್ಟು ಹಾಕುತ್ತ ಬಂದರೂ
ಲಂಗರಿಳಿಸಲಾಗದು
ನಿನ್ನ ಕೈಯಲ್ಲಿ ಅಳೆಯಲೂ
ಆಗದು ಅದರ ಆಳವನ್ನು.

ಕವನಗಳು

ಒದ್ದೆ ಕಾಗದ ಹಿಂಡಿದರೆ
ಜಿನುಗುವವು ಕವನಗಳು

ಮಳೆಸುರಿದ ಮಾಡಿಂದ
ತೊಟ್ಟಿಕ್ಕುವವು ಕವನಗಳು

ಹೂಬಿಟ್ಟು ಹಣ್ಣಾಗುವವು
ವಸಂತ ಬರೆದ ಕವನಗಳು

ಪುಟ ತಿರುವಿದಂತೆ
ಪಟಪಟನೆ ಉದುರುವವು
ನನ್ನದೇ ಕವನಗಳು

ಈ ನಾನು
ಆ ನೀನು
ಯಾರ ಅಪೂರ್ಣ ಕವನಗಳು?

ಸಾಲಿಗೆ ಸಾಲು

ನಿನ್ನ ಸಾಲಿಗೆ ನನ್ನ ಸಾಲು
ನಿನ್ನ ಪಾಲಿಗೆ ನನ್ನ ಪಾಲು

ಬರೆಯಹೊರಟಿದ್ದೇನೆ
ಕವನವೊಂದನ್ನು.
ಕಾಣತೊಡಗಿದ್ದೇನೆ
ಕನಸೊಂದನ್ನು

ಅಂಚು

ಕಣ್ಣಂಚಲ್ಲಿ ಹನಿಗಳೆರಡು
ಕುಳಿತು ನೋಡುತ್ತಿವೆ
ದೂರ ದಿಗಂತವನ್ನು

ಕೆಳಗಿಳಿಯಲು
ಅಪ್ಪಣೆಯಿಲ್ಲ ಅವಕ್ಕೆ
ಅರಿವಿದೆ
ತಾವು ಮೂಡಿದ್ದೂ ಆಕಸ್ಮಿಕ
ಅನಿಯಂತ್ರಿತವೆಂದು

ಇದ್ದಲ್ಲೇ ಒಣಗಲು ಯತ್ನಿಸುತ್ತಿವೆ
ಗೊತ್ತಿರುವಂತಿದೆ ಅವಕ್ಕೆ
ಒಮ್ಮೆ ಕಾಲುಜಾರಿದರೆ
ಅಣೆಕಟ್ಟು ಒಡೆದು
ನದಿಯೇ ಭೋರ್ಗರೆಯಬಹುದೆಂದು.

ವರ್ತಮಾನ

ಅಗೋ ನೋಡು
ಒಂದು ಕಡೆ ದೂರ ದಿಗಂತದವರೆಗೆ
ಹಬ್ಬಿದ ಮಹಾಗೋಡೆ
ಅದು ನನ್ನ ಭೂತ

ಇನ್ನೊಂದು ಕಡೆ ಆ ತಿರುವಿನಲ್ಲಿ
ಎಲ್ಲೋ ಕೂಗಿ ಕರೆಯುತ್ತಿದೆ
ನನ್ನ ಭವಿಷ್ಯ

ಹೃದಯವಂತನೇ
ಎರಡು ಕಡೆಯಲ್ಲೂ
ಹುಡುಕಹೋದರೆ
ನನ್ನನ್ನು, ನನ್ನ ನೆರಳನ್ನು

ಇಗೋ ನೋಡು
ನಿನ್ನ ಕೈ ಸಂದುಗಳಿಂದ
ಮರಳಿನಂತೆ ನುಸುಳಿಹೋಗುತ್ತಿರುವೆ

ಇದು ನಿನ್ನ ವರ್ತಮಾನ.

ಮನುಷ್ಯರು

ಮಲಗಿ ನಿದ್ರಿಸುವ ಬೆಟ್ಟಗಳನ್ನು
ಕಟ್ಟಿಹಾಕಲು ನೋಡುವರು
ಮೇಲೆಲ್ಲ ಹರಿವ ದಾರಿಗಳ ನೇಯ್ದು
ರಾತ್ರೋರಾತ್ರಿ
ಬೆಟ್ಟಗಳು ಮಗ್ಗುಲು ಮುರಿದರೆ
ಚಿಂತಿಸುವರು ನಾವೆಲ್ಲಿ
ದಾರಿ ತಪ್ಪಿದೆವೆಂದು.

ಒಮ್ಮೆ ಹಂದು

ಅಮ್ಮನೆಲ್ಲೂ ಕಾಣದೇ
ಅಳುವ ಸಣ್ಣ ಮಗುವಿಗೆ
ಆಟಿಕೆಯ ಕೊಟ್ಟು
ಸುಮ್ಮನಿರಿಸಿದಂತೆ

ಅವಳಿಲ್ಲದೆಡೆದೆ ತಪ್ಪಿಯೂ
ಗಮನವೇ ಹೋಗದಂತೆ

ಒಳಗೆಲ್ಲೋ ಅಟ್ಟುತ್ತ
ಹೊರಗೆ ಆಡುವ ಮಗುವಿನಾಟದ
ನಗು ಕೇಕೆಗೇ ಕಿವಿಯಾದಂತೆ

ಕೆಡದಂತೆ ಬೀಳದಂತೆ
ತಪ್ಪದಂತ, ಮಣ್ಣಾಗದಂತೆ
ಕಾಣದಿದದ್ದರೂ ಎದುರೆದುರಿಗೇ
ಅವಳ ಇರವು ಎಲ್ಲಡೆ ಕಂಡಂತೆ

ಸಾಕು ಆಟಿಕೆಯ ಆಟ
ನನಗೆ ನಿನ್ನ ಸೆರಗೇ ಬೇಕಮ್ಮಾ
ನಿನ್ನ ಇರವಿನ ತಾವಿಗೆ
ದಾರಿ ಯಾವುದಮ್ಮಾ

ಒಮ್ಮೆ ಹಂದು ಬಳೆಯ ಗಲಗಲಿಸು
ನಿಟ್ಟುಸಿರಾದರೂ ಬಿಡು, ಹಾಡು ಗುಣುಗುಣಿಸು

ತೆವಳುತ್ತ ಹರೆಯುತ್ತ
ಅಂಬೆಗಾಲನ್ನಿಡುತ್ತ
ಹೇಗೆಯಾದರೂ ಮಾಡಿ
ನಿನ್ನಡೆಗೆ ಬರುವೆನಮ್ಮಾ
ಕರೆದುಕೋ ನನ್ನ
ನಿನ್ನೆಡೆಗೆ ದಾರಿ ತೋರಮ್ಮಾ...

ನೀಲಿ ಮೃದು ಸ್ವೆಟರು

ಅವರೆಲ್ಲ ನಿನಗೆ ಏನೇನೋ ತಂದಿದ್ದಾರೆ
ನಿನ್ನ ಹುಟ್ಟಿದ ಹಬ್ಬದ ಖುಷಿಗೆ
ಜನರ ಕಣ್ಣಬೆಳಕೆಲ್ಲ ಕದ್ದು
ಎದ್ದು ನಿಂತ ಮಾಲು ಹೊಕ್ಕಿ
ದುಡ್ಡಿನೆಲೆಯ ಪಟ್ಟಿ
ಕ್ಷಣಾರ್ಧದಲ್ಲಿ ತಿಕ್ಕಿ
ಕೊಂಡ ಉಡುಗೊರೆಗೆ
ಹರಿಯಲೆಂದೇ ಇರುವ ಬೇಗಡೆ
ನಿರ್ಜೀವ ಹೂವು ಮೇಗಡೆ

ಅದನೆಲ್ಲ ಒಡೆದು ಸಂಭ್ರಮಿಸಿಯಾದ
ಮೇಲೆ ನೋಡು
ಕೊಂಚ ಮಾಸಿದ ಪ್ಲಾಸ್ಟಿಕ್ಕು ಕವರಿನಲ್ಲಿ
ಸುತ್ತಿಟ್ಟಿದೆ ನಿನಗೆಂದೇ ಕೈಯಾರ ಹೆಣೆದ
ಬೆಚ್ಚನೆ ಮಿದು ಸ್ವೆಟರು

ಅದರಲ್ಲಿ ಅಂಥ ವಿಶೇಷವೇನಿಲ್ಲ
ಹೂಗಳ ಚಿತ್ತಾರ ಇದೆಯಲ್ಲ
ಅದು
ರಾತ್ರಿ ಕೆಲಸವೆಲ್ಲ ಮುಗಿಸಿ
ಹೆಣೆಯಲೆಂದು ಕೂತಾಗಲೇ
ಕರೆಂಟು ಹೋಗಿತ್ತು
ಮಿಣುಕು ದೀಪದ ಬುಡದಲ್ಲಿ
ಒಂದೊಂದೇ ಹೂವು ಅರಳಿತ್ತು
ಎಷ್ಟು ಎಲೆಯಿದೆ ನೋಡು
ಅಷ್ಟು ದಿನಗಳು ಕೂಡಿ ಹೆಣೆದೆ
ಈ ಸ್ವೆಟರನ್ನು

ತೋಳಿಗಿರುವ ಪುಟ್ಟ ಚಿಟ್ಟೆ
ತನಗೇ ಬೇಕೆಂದು ಅತ್ತಳು ಪುಟ್ಟಿ
ಅವಳಿಗೊಂದು ಹೆಣೆದು ಕೊಟ್ಟ ಮೇಲೇ
ಮೂಗು ಸುರಿಸುತ್ತ ಅವಳು ನಕ್ಕಿದ್ದು
ಅದಾದ ಮೇಲೇ ತೋಳಿಗೆ ಚಿಟ್ಟೆ ಇಟ್ಟಿದ್ದು

ಕುತ್ತಿಗೆಗೆ ಸರವಿದ್ದಂತೆ ಇದೆ ನೋಡು
ಆ ಪ್ಯಾಟರ್ನು
ಅಂಗಡಿಯಲ್ಲಿ ನಿಜವಾಗಿ ನೋಡಿದ್ದು
ಬಹಳ ಆಸೆಯಾಯಿತು, ಅದಕ್ಕೇನು ದುಡ್ಡು ಕೊಡಬೇಕೇ?
ತೆಗೆದುಕೊಳ್ಳಲಾಗದಿದ್ದರೇನಂತೆ ಪರವಾಯಿಲ್ಲ
ಹೆಣೆದು ತೀರಿಸಿಕೊಂಡೆ ನೋಡು

ಸ್ವೆಟರಿನ ನೀಲಿ ನೆನಪಿದೆಯಾ ನಿನಗೆ?
ಮರೆತು ಹೋಗಿರಬಹುದು ನೀನು
ಸಣ್ಣದಿರುವಾಗ ನಾವಿಬ್ಬರೂ
ಹುಲ್ಲು ಬಣವೆಯ ಮೇಲೆ
ಮಲಗಿ ಕನಸು ಕಂಡ ದಿನ
ಬಿಳಿಯ ನೂಲಿನ ಉಂಡೆ ಮೋಡಗಳ ಹಿಂದೆ
ಆಕಾಶಕ್ಕೆ ಇದೇ ತಿಳಿ ನೀಲಿಯಿತ್ತು
ಎಷ್ಟು ಹುಡುಕಿದೆ ಗೊತ್ತ
ಕಡೆಗೂ ಸಿಕ್ಕಿತು ಅಂಗಡಿಯಲ್ಲಿ
ಬೇಸಗೆ ಬಾನಿನ ಬಣ್ಣವುಂಡ
ಅದೇ ನೀಲಿ ನೂಲಿನುಂಡೆಯ ಕಟ್ಟು

ಹೆಣೆದ ಪ್ಯಾಟರ್ನು ಕಲಿಯಲೆಷ್ಟು
ಕಷ್ಟ ಪಟ್ಟೆನು ಗೊತ್ತ
ಮೂರು ಸಲ ಹೆಣೆದು, ತಪ್ಪಿ
ಬಿಚ್ಚಿ ಮತ್ತೆ ಹೆಣೆದ ಗೋಳು
ನನಗೆ ಮತ್ತೆ ನೂಲಿಗಷ್ಟೇ ಗೊತ್ತು.

ಇರಲಿ ಬಿಡು ಆ ಕಥೆಯೆಲ್ಲ
ನಿನಗೆ ಬಂದ ಉಡುಗೊರೆಗಳೆಲ್ಲ
ಹೊರಗೆ ಹೋಗುವಾಗ ಹಾಕು
ಈ ಸ್ವೆಟರನ್ನು ಕಪಾಟಿನ
ಮೂಲೆಯೊಳಗೆ ಪರಿಮಳದ
ಗುಳಿಗೆಯೊಡನಿಟ್ಟರೂ ಸಾಕು

ಒಳ್ಳೆ ಉಣ್ಣೆಯದು ಹತ್ತಿ ಮೃದು ಸ್ವೆಟರು
ಒಬ್ಬಳೇ ಇರುವಾಗ
ತುಂಬ ಛಳಿ ಆದಾಗ
ಹಾಕಿ ನೋಡು,
ಎಣೆಯಲ್ಲದೇ ಹರಡಿದ ನೀಲಿ ಆಕಾಶದಡಿ
ಹಳದಿ ಹುಲ್ಲು ಬಣವೆ ಒಣಗುವ
ಪರಿಮಳಕ್ಕೆ
ಮೈ ಮನ ಬೆಚ್ಚಗಾಗದಿದ್ದರೆ ಹೇಳು

ಸಿಟ್ಟಿನ ಮೂಟೆ ಉರುಳೇ ಹೋಯ್ತು

ತಲೆತಲಾಂತರದಿಂದ
ಹೊಗೆಯಾಡುತ್ತಿರುವ
ನಿಮ್ಮೆಲ್ಲರ ಸಿಟ್ಟಿನ ಮೂಟೆ
ಹೊತ್ತು ಹುಟ್ಟಿದೆ ನಾನು

ಬಹಳ ಭಾರ
ಬಾಗಿದೆ ನನ್ನ ಬೆನ್ನು

ನೋವು ಕೊಟ್ಟವರ
ಮೇಲೆ ಸಿಟ್ಟನ್ನು
ರಾಚಿಬಿಡಲೆಂದೆ
ನನ್ನ ಆಯಲಾಯಿತೇನು?

ಆದರೆ ನನ್ನದೊಂದು
ಅರಿಕೆ ನಿಮ್ಮಲ್ಲಿ

ನಿಮಗೆಲ್ಲ ನೋಯಿಸಿದವರು
ಮಣ್ಣಲ್ಲಿ ಮಣ್ಣಾಗಿಹರು
ಈಗಿರುವವರೆಲ್ಲ
ನನಗೆ ಬಹಳ ಬೇಕಾಗಿರುವವರು

ಬೇರೊಬ್ಬರಿಗೆ ಈ
ಜವಾಬ್ದಾರಿ ಹೊರಿಸುವ ಮುನ್ನ
ನನ್ನದೊಂದು ಕೇಳಿ
ಉಪಾಯವನ್ನು

ಈ ಮೂಟೆಯನ್ನು
ಬಿತ್ತಿಬಿಡುವೆ ನಮ್ಮನೆಯ
ಹಿತ್ತಲಲ್ಲಿ

ಹೂವಾಗಿ ಅರಳಲೇಬೇಕೆಂದಿಲ್ಲ
ಹಸಿರುಕ್ಕಿದರೂ ಸಾಕು
ಅವರ ಸೆಡವಿಗೆ, ಪ್ರೇಮಕ್ಕಿಂತ
ಇನ್ನೆಂಥ ಸೇಡು ಬೇಕು

ನನಗೆ ಗೊತ್ತಿದೆ
ನನ್ನಂತಹುದೇ ಹೂಮನಸಿನ
ನೀವೂ ಸಿಟ್ಟಲ್ಲಿ ಬಿತ್ತಿದ್ದು
ಹಸಿರು ಪ್ರೇಮದ ಕುಡಿಯನ್ನೇ
ಎಂದು

ಸಟ್ಟನೆ

ಭೋರೆಂಬ ಗಾಳಿಯೊಡನೆ
ಬೀದಿಜಗಳಕ್ಕೆ ನಿಂತು
ಎಲೆಯುದುರಿ ಆಕಾಶರಾಯನ್ನ
ಪರಚುತ್ತ ನಿಂತ
ಪೊರಕೆಯಂಥ ರಾಶಿ
ಮರಗಳ ಕಾಟಕ್ಕೆ ಬೇಸತ್ತ
ಮುದಿ ಧ್ಯಾನಸ್ಥ ಬೆಟ್ಟವೊಂದು–

ಇನ್ನು ತಡೆಯಲಾಗದೆಂದು
ಹೊದ್ದ ಇಡೀ ಅಡವಿಯನೊಮ್ಮೆ
ಮೈಕೊಡವಿ ಗದರಿ
ಮರಗಳೆಲ್ಲ ಹೆದರಿ,
ಉಟ್ಟ ಚೂರು ಪಾರು
ಎಲೆಗಳೆಲ್ಲ ಉದುರಿ

ಗವ್ವೆನ್ನುವ ಮೌನದ ಕತ್ತಲು
ಸುತ್ತಲೂ ಮುತ್ತಲು

ಸಟ್ಟನೆ ಬೆಟ್ಟಕ್ಕೆ
ಜ್ಞಾನೋದಯವಾಯ್ತು
ಶಿಖೆಯಲ್ಲಿ ಉದಿಸಿದಂತೆ
ತುಂಬು ಚಂದ್ರನಾಗಿ.

ಅರ್ಥವಾದಂತಿಲ್ಲ

ಅವರು ದೊಡ್ಡ ಅರ್ಥಧಾರಿಗಳು
ಎಂಥ ಚಂದವಾಗಿ ಹೇಳುತ್ತಾರೆ ಅರ್ಥ
ಕಿತ್ತಳೆ ಸೊಳೆ ಮೆಲ್ಲನೆ ಬಿಡಿಬಿಡಿಸಿ
ಒಂದೊಂದೇ ಬಾಯೊಳಿಟ್ಟಂತೆ
ಕೇಳುವವರ ಕಣ್ಣಲ್ಲಿ ನೀರೇ ಬರುವಂತೆ

ಆದರೂ ಅರ್ಥವಾದಂತಿಲ್ಲ ಅವರಿಗೆ
ಹದಿಹರೆಯದ ಮಗಳೇಕೆ
ಕಂಪ್ಯೂಟರ್ ಕ್ಲಾಸಿಗೆಂದು
ಹೋದವಳು
ಸಮುದ್ರ ಬೇಲೆಯಲ್ಲಿ ಒಬ್ಬಳೇ
ಕೂತೆದ್ದು ಬರುತ್ತಾಳೆಂದು

ಹೈಸ್ಕೂಲು ಮಗನೇಕೆ
ಬೈದು ಬುದ್ಧಿ ಹೇಳಿದ್ದಕ್ಕೆ
ಉರಿಗಣ್ಣಲ್ಲಿ
ತೋಟದ ಅಷ್ಟೂ ಎಲೆಬಳ್ಳಿ
ಕತ್ತರಿಸುವನೆಂದು
ಸುಳಿವೂ ಸಿಗದಂತೆ

ಅವರಿಗೆ ಅರ್ಥವಾಗಲು ಮತ್ತೊಂದು
ಜನ್ಮವೇ ಬೇಕೇನೋ
ಬದುಕಿದ್ದಾಗ ಎಂದೂ
ನಗಲೇ ಅವಕಾಶವಿಲ್ಲದಂತೆ
ಬೈಸಿಕೊಂಡ ಹೆಂಡತಿ
ತಾನೇ ಇಟ್ಟುಕೊಂಡ ಪೂರ್ಣವಿರಾಮದ
ಚೌಕಟ್ಟಿನ ಹಿಂದೆ
ಸದಾ ಏಕೆ ನಸುನಗುತ್ತಿರುವಳೆಂದು

ಮುಟ್ಟಲೇ

ನೀ ಮುಟ್ಟು!
ಎಂದರು
ಮುಟ್ಟಲೇ?
ಎಂದರೆ ಬೆಚ್ಚಿಬಿದ್ದರು

ಅಲ್ಲಿ ಹೊಕ್ಕಬೇಡ
ದೇವರ ಮುಟ್ಟಬೇಡ
ಮೈಲಿಗೆಯಾದೀತು
ಎಂದರು

ಕಣ್ಣೀರು ಉಕ್ಕಿ ಬಂತು
ತಡೆಯಲಾಗದ ನಗುವಿಗೆ

ದೇವರನ್ನು ಮುಟ್ಟುವುದು ಹೇಗೆ?
ಅವನನ್ನು ಮುಟ್ಟಿದವರುಂಟೇ
ಅಷ್ಟು ಸುಲಭಕ್ಕೆ
ಹುಟ್ಟಿಸಿದವ ಅವ
ಮುಟ್ಟಿಸಿಕೊಳ್ಳನೇ

ಒಳ ಹೊಕ್ಕು ಮುಟ್ಟಿಬಿಟ್ಟೆ
ಸಿಡಿಲು ಹೊಡೆಯಬಹುದೇ
ಭೂಮಿ ಸೀಳಿ ಹೋಳಗಬಹುದೇ
ಎಂದೆಲ್ಲಾ ಕಾಯುತ್ತ

ಅಂಥದ್ದೇನೂ ಆಗಲಿಲ್ಲ
ದೇವರೂ ಇನ್ನೂ ಶುಭ್ರವಾದಂತೆ ಕಂಡರೂ
ಸುತ್ತಲಿದ್ದವರೆಲ್ಲ

ಮೈಲಿಗೆಯಾಗಿ ಹೋದರು

ಊರು ತಿರುಗಿ ಊರಿಗೇ

ಊರಿಂದ ಯಾರೇ ಬಂದರೂ
ಊರೇ ಮನೆ ಬಾಗಿಲಿಗೆ ಬಂದಂತೆ

ಕೋಣೆ ಕೋಣೆಯೊಳಗೆಲ್ಲ ಊರಿನ
ಸುದ್ದಿ, ಕಥೆ, ಕಲರವ
ಅಡಿಗೆಮನೆಯೊಳಗೆ ಊರಿನ
ಸಂತೆಪೇಟೆಯೇ ಅವತರಿಸಿ
ಹಾಲಕ್ಕಿ ಗೌಡತಿಯರೊಂದಿಲ್ಲ
ಅನಿಸುವಂತೆ

ಚಾ ಮಾಡುತ್ತ ದೋಸೆ ಹೊಯ್ಯುತ್ತ
ತೊಳೆದಕ್ಕಿ ನೀರು ಬಾಲ್ಕನಿಯ ಗಿಡಕ್ಕೆ ಚೆಲ್ಲುತ್ತ
ಎಲ್ಲಿಹೋದರಲ್ಲಿ
ಗಪ್ಪಕ್ಕ, ಹೇರಂಭಭಾವ, ಇಟ್ಟಜ್ಜ, ಸುಬ್ಬಜ್ಜಿಯರ
ಕಥೆ ಕಾಮೆಂಟರಿ
ಬಿಸಿ ದೋಸೆ ಕಾವಲಿಯ ಮೇಲೆ
ಹಬೆಯಾಗುವ ನೂರು ಸುದ್ದಿ ಪುಕಾರು

ಕಿಟಕಿ ತೆಗೆದರೆ ಈಗ ಪಕ್ಕದ ಮನೆಯವರದ್ದೇ
ಮತ್ತೊಂದು ಕಿಟಕಿ ಕಾಣುವುದಿಲ್ಲ
ಕರವೀರ, ದಾಸವಾಳ, ರಂಜಟ್ಲೆ, ಪಾರಿಜಾತಗಳ ಸಾಲು
ಅಂಗಳದ 'ಅಂಬಾ!' ಕಿವಿಯೊಳಗೆ ಕಚಗುಳಿಯಿಟ್ಟು
ಮೇಲೆ ತೇಲುವ ಅಲೆಮಾರಿ ಮೋಡ
ನಿಕ್ಕಿ ಊರ ಹಸಿರು ಗದ್ದೆಗಳ ಮೇಲಿಂದ
ಹಾದು ಬಂದದ್ದೇ ಇರಬೇಕು

ನಿಂತ ಮೆಟ್ಟಲ್ಲಿ ಘಟ್ಟ ಹತ್ತಿ ಬಂದ
ಪಟ್ಟೆ ಚೀಲದ ಬ್ರಹ್ಮಗಂಟು

ಪಟ್ಟು ಹಿಡಿದು ಬಿಡಿಸಿ ನೋಡಿದರೊಮ್ಮೆ
ಜುಮುಗುಡುವ ಮೈಯಿ
ಮರಗೆಸ, ಅಪ್ಪೆರಸ, ಕೊಚ್ಚುಗಾಯಿ,
ಮಾಡ ಹಾಗಲಗಳ ಧರಣಿ ಮಂಡಲ
ಮಧ್ಯದೊಳಗೆ ಹಳೆ ಬ್ಲೌಸು ಪೀಸು
ಹರಿದು ಮಾಡಿದ ದಾರ ಕಟ್ಟಿಕೊಂಡ
ಜಡಿಮಳೆಯ ಕಂಪುಂಡ ಹಲಸಿನ
ಬೇಸಿಗೆಯ ಬಿಸಿಲುಂಡ ಹಪ್ಪಳದ
ಕಟ್ಟಿನ ಕಾಕು

ಶಾಲೆಗೆ ಬಂದ ಮಕ್ಕಳಂತ
ಕನ್ನೇಕುಡಿ, ಚಕ್ರಮುನಿ,
ಸೋರ್ಲೆಕುಡಿ, ಸಣ್ಣಮೆಣಸುಗಳಿಗೆಲ್ಲಾ
ಬಾಳೆ ಎಲೆಯ ಕೊಟ್ಟೆ ಮೇಲೆ ಸುತ್ತಿದ
ಬಾಳೆ ನಾರು, ನರಮನುಷ್ಯರ ಯಾಪಾರವಲ್ಲ ಇದು
ದೇವಲೋಕದ್ದೇ ಹೌದು, ಇಷ್ಟು ಚಂದ
ಸುತ್ತಿಟ್ಟ ಕಟ್ಟು ಬಿಚ್ಚಿಹಾಕಿ ಏನು
ಉಂಡೇನು? ಏನು ಪಡೆದೇನು?
ಅರೆತೆರೆದ ಫ್ರಿಜ್ಜಿನ ಬಾಗಿಲ
ಮಂದ ಪ್ರಕಾಶದಲ್ಲಿ ತಣ್ಣಗಿನ ವೈರಾಗ್ಯ

'ಆನಂದ' ಕಲರಿನ ಉದ್ದುದ್ದ ವಾಯಿಲು ಸೀರೆ
ಹೊದ್ದ ಕಟಾಂಜನದ ಮೇಲೆ ಪಾರಿವಾಳ
ಬಂದು ಕೂರುವುದೇ ಇಲ್ಲ ಭಯ ಬೇಡ
ಎಂದು ಮೇಲೆ ಹಗ್ಗಕ್ಕೆ ಒಣಗುತ್ತಿರುವ
ಕೆಂಪಕ್ಷರದಲ್ಲಿ "ಶ್ರೀರಾಮ ಜಯರಾಮ"
ಬರೆದ ಹಳದೀ ಅಂಗವಸ್ತ್ರವೊಂದರ ಅಭಯಹಸ್ತ
ದಪ್ಪ ಕಟ್ಟಿನ ಕಪ್ಪು ಕನ್ನಡಕ
ಅರ್ಥ ಜೀವ ತುಂಬಿದ ಪದಬಂಧ
ಖಾಲಿಯಾದ ಚಾ ಲೋಟದೊಳಗೆ
ತುಂಬಿಟ್ಟ ಕಡಲೆಕಾಯಿ ಸಿಪ್ಪೆ

ಇಂಗ್ಲೀಷು ಕಡಲೆ ಹುರಿದು ಮುಕ್ಕುವ
ಮರಿಗಳಿಗೆ ಮಗ್ಗಿ, ಕಂಠಪಾಠ, ಭಜನೆ ಭಾಗವತಿಕೆ
ಮತ್ತೆ ಮಲಗುವಾಗ 'ಸುಟ್ಟೇವು ಭಟ್ಟನ ಕಥೆ'
ಕನಸಲ್ಲೂ ಹೆದರಿಸುವ ಬ್ರಹ್ಮರಾಕ್ಷಸಿ
ರಸ್ತೆ ದಾಟಿಸುವ ಪುಟ್ಟ ಕೈಗಳಿಗೆ ಮಾತ್ರ
ದಕ್ಕೀತು ಕರಿ ಬ್ಯಾಗಿನ ಒಳಗೆಲ್ಲೋ
ಅಡಗಿ ನಗುವ ಕೇಸರಿ ಲಿಂಬು ಪೆಪ್ಪರಮಿಂಟು

ರೇಡಿಯೋದ ಒಳಗಿಂದ ಕೇಳಿಬಂದ
ಹಳೆಯ ಹಾಡಿಗೆ ಒಂದು ಅಲ್ಪ ವಿರಾಮ
ಊರು ತಿರುಗಿ ಊರಿಗೇ ಮರಳುವ ಹೊತ್ತು
ಆಟ ಕುಣಿದ ಮೇಲೆ ಕಳಚಿ ಬಿಟ್ಟ ವೇಷ
ಅವಶೇಷ, ಖಾಲಿ ಬಾನು, ಬಯಲು
ಮನೆಯ ಕಿಟಕಿ ಕಟಾಂಜನಗಳೆಲ್ಲ ತಿರುಗಿ
ಅದೇ ಬಣ್ಣಕ್ಕೆ, ವಾಸನೆಗೆ
ಫ್ರಿಜ್ಜಿಗೂ ಏನೋ ಹೇಳಲಾಗದ ಅಲವರಿಕೆ
ಮಧ್ಯರಾತ್ರಿಯಲ್ಲಿ ಮಂದ್ರ ತಂಬೂರಿ
ಗಢಕ್ಕನೆ ನಿಲ್ಲಿಸಿ ಮೂಕವಾದದ್ದು
ಅದಕ್ಕಷ್ಟೇ ಗೊತ್ತು.

ವೀರಲೋಕದ ಪ್ರಕಟಣೆಗಳು

1. ಕೈ ಹಿಡಿದು ನೀ ನಡೆಸು ತಂದೆ–ವಿಶ್ವೇಶ್ವರ ಭಟ್ 250/–
2. ವಿಶ್ವಸುಂದರಿ–ಕುಂ. ವೀರಭದ್ರಪ್ಪ....................160/–
3. ನಿಮಗೆಷ್ಟು ಹಣ ಬೇಕು?–ಅನಂತ ಹುದೆಂಗಜೆ....................250/–
4. ಆರ್ಟ್ ಆಫ್ ಸಕ್ಸಸ್–ರಮೇಶ್ ಅರವಿಂದ್ 120/–
5. ಮನಿ ಮನಿ ಎಕಾನಮಿ–ರಂಗಸ್ವಾಮಿ ಮೂಕನಹಳ್ಳಿ....................160/–
6. ಇವರು ಅವರು ದೇವರು–ಜೋಗಿ....................200/–
7. ಲಾಸ್ಟ್ ಡೇಸ್ ಆಫ್ ಲೆಜೆಂಡ್ಸ್–ಗಣೇಶ್ ಕಾಸರಗೋಡು 225/–
8. ಒಳ್ಳೆಯ ಬದುಕಿನ ಸೂತ್ರಗಳು–ರವಿ ಕೃಷ್ಣಾರೆಡ್ಡಿ....................150/–
9. ಸೋಲೆಂಬ ಗೆಲುವು–ದೀಪಾ ಹಿರೇಗುತ್ತಿ....................150/–
10. ಬೆಳ್ಳಿತೆರೆಯ ಬಂಗಾರದ ಗೆರೆ–ಗಣೇಶ್ ಕಾಸರಗೋಡು 150/–
11. ನಟನ ಕಥೆ–ಮಂಡ್ಯ ರಮೇಶ್–ಎನ್. ಧನಂಜಯ 250/–
12. ತ್ಯಾಗಕ್ಕಿಲ್ಲ ನೂಕುನುಗ್ಗಲು–ಡಾ. ಗವಿಸ್ವಾಮಿ ಎನ್. 140/–
13. ಬದುಕೇ ಭಗವಂತ–ಡಾ. ಡಿ.ಎಸ್. ಶ್ರೀನಿವಾಸ ಪ್ರಸಾದ್ 170/–
14. ಮಾದಕ ದೊರೆ–ಸಂತೋಷಕುಮಾರ ಮೆಹೆಂದಳೆ....................375/–
15. ದ್ವೈತ–ರಾಘವ್ 140/–
16. ಹೃದಯದ ಮಾತು ಕೇಳಿ–ಮಂಜುನಾಥ್ ಚಾಂದ್....................150/–
17. ಹಿಂದಿನ ನಿಲ್ದಾಣ–ಶುಭಶ್ರೀ ಭಟ್ಟ....................120/–
18. ಪ್ರೀತ್‌ಸು–ರಾಜೀವ ನಾರಾಯಣ ನಾಯಕ 170/–
19. ಕೃಷಿ ಯಾಕೆ ಖುಷಿ?–ನರೇಂದ್ರ ರೈ ದೇರ್ಲ....................140/–
20. ಕ್ಷಯ–ಡಾ. ವಾಸುದೇವ ಶೆಟ್ಟಿ....................120/–
21. ಅರ್ಧ ಬಿಸಿಲು ಅರ್ಧ ಮಳೆ...–ಸದಾಶಿವ ಸೊರಟೂರು....................120/–
22. ಯಾರೂ ಹೇಳದ ಕಥೆಗಳು–(ಸಂ.) ಸುದರ್ಶನ ಚೆನ್ನಂಗಿಹಳ್ಳಿ....................150/–
23. ಕಥಾ ಸಾಗರಿ–ನಾಗವೇಣಿ ವೆಂ. ಹೆಗಡೆ ಹೆಗ್ಗರ್ಸಿಮನೆ....................120/–
24. ಮೆಮರೀಸ್ ಆಫ್ ಬಾರ್ಸಾ–ರಂಗಸ್ವಾಮಿ ಮೂಕನಹಳ್ಳಿ....................160/–
25. ಮೇರುನಟ–ಡಾ. ಶರಣು ಹುಲ್ಲೂರು....................120/–
26. ನಾ ಸೆರೆಹಿಡಿದ ಕನ್ಯಾಸ್ತ್ರೀ–ಶಶಿಧರ ಹಾಲಾಡಿ 200/–
27. ಟ್ರಾಯ್–ಗಾಯಿತ್ರಿ ರಾಜ್....................200/–
28. ಫಾರೆಸ್ಟರ್ ಪೊನ್ನಪ್ಪ–ನೌಶಾದ್ ಜನ್ನತ್ತ್....................300/–
29. ವಿಶ್ವಯಾನಕ್ಕೆ ಗಣಿತವಾಹನ–ಎಸ್.ವಿ. ಶ್ರೀನಿವಾಸಮೂರ್ತಿ 200/–
30. ಲೆಟ್ಸ್ ಮೇಕ್ ಎ ಶಾರ್ಟ್ ಫಿಲಂ–ಜಯರಾಮಾಚಾರಿ 120/–
31. ಕುಣಿಗಲ್ ಟು ಕಂದಹಾರ್–ಮಂಜುನಾಥ್ ಕುಣಿಗಲ್....................260/–
32. ಗದಾಯುದ್ಧಂ–ಡಾ. ಎಂ.ಎ. ಜಯರಾಮ್ ರಾವ್....................350/–
33. ಫೀನಿಕ್ಸ್–ದೀಪಾ ಹಿರೇಗುತ್ತಿ....................120/–
34. ಹಿಟ್ಲರ್ ಲವ್ ಪಾಲಿಟಿಕ್ಸ್–ಸತೀಶ ಬಳೆಗಾರ 170/–
35. ಭಾನುಮತಿಯ ಪರಿವಾರ–ಕುಮಾರಸ್ವಾಮಿ ತೆಕ್ಕುಂಜ....................140/–
36. ನೀ ದೂರ ಹೋದಾಗ–ಫೌಝಿಯ ಸಲೀಂ....................220/–
37. ವ್ಯಗ್ರ ಮತ್ತು ಇತರ ಕಾದಂಬರಿಗಳು–ಕುಮಾರ ಬೇಂದ್ರೆ....................180/–
38. ಸತ್ಯದ ಅನಾವರಣ–ಕೆ.ಎಸ್. ರಮಾಸುಂದರಿ 100/–
39. ಅಂತಾರಾಷ್ಟ್ರೀಯ ಕುಂಬಳಕಾಯಿ ಮತ್ತು ಇತರ ಕಥೆಗಳು–ಅಬ್ದುಲ್ ರಶೀದ್....................120/–
40. ಅನಾಥ ಪ್ರೀತಿಯ ಅನುಬಂಧ–ಬಿ. ಮಂಜುನಾಥ್ ಕಾಮತ್ ಹಾಲಾಡಿ 140/–
41. ಹಕ್ಕಿ ಮತ್ತು ಹುಡುಗಿ (ಕವನ ಸಂಕಲನ)–(ಸಂ.) ಪ್ರಜಾವಾಣಿ ಬಳಗ....................150/–

42. ಹಾವಿನ ಮನೆ–ಅನು ಬೆಳ್ಳೆ (ರಾಘವೇಂದ್ರ ಬಿ. ರಾವ್)....................250/–
43. ಈಗಲ್ಸ್ ಲೈನ್–ರಾಜೇಶ್ ಕುಮಾರ್ ಕಲ್ಯಾ....................220/–
44. ನಂಬಿಕೆಯೆಂಬ ಗಾಳಿಕೊಡೆ–ಡಾ. ಪ್ರೇಮಲತ ಬಿ. 180/–
45. 10 ಕುಟುಂಬ 18 ಗೋತ್ರದ ಗೌಡ ಪರಂಪರೆ–ಪುತ್ತೂರು ಅನಂತರಾಜ ಗೌಡ......300/–
46. ಗಿಳಿಯು ಬಾರದೆ ಇರದು (ಕಥಾಸಂಕಲನ)–ಪಿ.ಎಸ್. ಶ್ರೀಧರನ್ ಪಿಳ್ಳ
(ಅನುವಾದ: ಮೇರಿ ಜೋಸೆಫ್) 85/–
47. ಒಂದು ಆದಿಮ ಪ್ರೇಮ (ಕವನ ಸಂಕಲನ)–ನಂದಿನಿ ಹೆದ್ದುರ್ಗ....................150/–
48. ಮಣ್ಣೇ ಮೊದಲು... (ಕವನ ಸಂಕಲನ)–ಪಾಪುಗುರು....................120/–
49. ಬಿಂಜೆಮುಳ್ಳು (ಕವನ ಸಂಕಲನ)–ಫಾಲ್ಗುಣ ಗೌಡ ಅಚವೆ....................120/–
50. ಅಮೋಘವರ್ಷ–ಡಾ. ಲಕ್ಷ್ಮಣ ಕೌಂಟೆ....................420/–
51. ಗಾಯಗೊಂಡ ಸಾಲುಗಳು (ಕವನ ಸಂಕಲನ)–ಸದಾಶಿವ ಸೊರಟೂರು 110/–
52. ನಿನ್ನ ಧ್ಯಾನದ ನೂರೊಂದು ಹಣತೆ (ಕವನ ಸಂಕಲನ)–ವಾಸುದೇವ ನಾಡಿಗ್ 170/–
53. ಕ್ರಿಕೆಟಾಯಣ–ಎಚ್. ಪ್ರೇಮಾನಂದ ಕಾಮತ್ 230/–
54. ಹೂವಿನಕೊಲ್ಲಿ–ಅಬ್ದುಲ್ ರಶೀದ್ 270/–
55. ಕನಸುಗಳ ಶ್ರಾದ್ಧ–(ಅನುವಾದ) ಡಾ. ಗೀತಾ ಸುನಿಲ್ ಕಶ್ಯಪ್....................200/–
56. ವೀರ ಸಿಂಧೂರ ಲಕ್ಷ್ಮಣ–ಕೌಂಡಿನ್ಯ....................190/–
57. ಸಹಭಾಷಿಕರ ಕನ್ನಡ ಪ್ರೇಮ–ಡಾ. ಡಿ.ಎಸ್. ಶ್ರೀನಿವಾಸ ಪ್ರಸಾದ್....................400/–
58. ಚಿತ್ರ–ವಿಚಿತ್ರ–ರವೀಂದ್ರ ವೆಂಶಿ....................220/–
59. ಜನಮಿತ್ರ ಅರಸು–ಡಾ. ಡಿ.ಎಸ್. ಚೌಗಲೆ 80/–
60. ಹಂಸಾಕ್ಷರ–ಜಯರಾಮಾಚಾರಿ 165/–
61. ನದಿಯೊಂದು ಕಡಲ ಹುಡುಕುತ್ತಾ–ಸಂತೆಬೆನ್ನೂರು ಫೈಜ್ನಟ್ರಾಜ್ 180/–
62. ನೀಲಿ ಮತ್ತು ಸೇಬು–ಸುಧಾ ಆಡುಕಳ....................180/–
63. ಕಾಗೆ ಮೇಷ್ಟ್ರು–ವಿಕ್ರಮ ಹತ್ವಾರ....................125/–
64. ಪರಿಮಳದ ಪಡಸಾಲೆ (ಎಸ್. ದಿವಾಕರ್ ಪ್ರಪಂಚಕ್ಕೊಂದು ಪ್ರವೇಶಿಕೆ)....................190/–
65. ಈ ಹೊತ್ತಿನ ಕಥೆಗಳು–(ಸಂ) ವಿಜಯ ಕರ್ನಾಟಕ....................250/–
66. ನಿಶ್ಚಲವ ಕಲಕಿದ ಹಕ್ಕಿ–ವಿಕ್ರಮ ಹತ್ವಾರ....................100/–
67. ಹರಿವ ಕನ್ನಡಿ–ಸ್ವಯಂಪ್ರಭಾ ಮಹೇಶ....................120/–
68. ನರಕದ ಕೆನ್ನಾಲಿಗೆಯಂಥ ನಿನ್ನ ಬೆನ್ನಹುರಿ–ಅಬ್ದುಲ್ ರಶೀದ್ 130/–
69. ಚಿಕ್ಕಪುಟ್ಟಮ್ಮನವರ ಗೃಹನ್ಯಾಯ–ಕೆ. ಸತ್ಯನಾರಾಯಣ 140/–
70. ಹಕ್ಕಿ ಅಟೆಂಡೆನ್ಸ್–ಡಾ. ಲೀಲಾ ಅಪ್ಪಾಜಿ....................495/–
71. ದಡ ಸೇರದ ದೋಣಿಗಳು–ಬೇಲೂರು ರಾಮಮೂರ್ತಿ....................275/–
72. ನಿಷಿತೆ–ಪ್ರೀತಿನಿ ಧನಂಜಯ....................250/–
73. ಮಲೆನಾಡ ಅಜ್ಜಿ–ಶೋಭಾ ರಾವ್ 175/–
74. ಮಲ್ಲಿಮಲ್ಲಿಗಿ–ಎಂ.ಎಲ್. ಪ್ರಸನ್ನ....................210/–
76. ಆರೋಹಣ–ವಿವೇಕಾನಂದ ಕಾಮತ್ 190/–